எனது பயணம்

1931ம் ஆண்டு அக்டோபர் 15ம் நாளன்று ராமேஸ்வரத்தில் பிறந்த ஏ.பி.ஜே. அப்துல் கலாம், மெட்ராஸ் தொழில்நுட்ப நிறுவனத்திலிருந்து வானூர்திப் பொறியியலில் பட்டம் பெற்றார். இந்தியாவின் புகழ்பெற்ற அறிவியலறிஞர்களில் ஒருவரான அவருக்கு இந்தியாவிலும் வெளிநாடுகளிலும் உள்ள நாற்பத்தைந்து பல்கலைக்கழகங்கள் மற்றும் கல்வி நிறுவனங்கள் கௌரவ டாக்டர் பட்டங்களை வழங்கி அவரைக் கௌரவித்துள்ளன. பத்ம பூஷண் (1981), பத்ம விபூஷண் (1990) ஆகிய விருதுகளும், இந்திய அரசின் மிக உயர்ந்த சமூக விருதான பாரத ரத்னா (1997) விருதும் அவருக்கு வழங்கப்பட்டுள்ளன. சர்வதேச அளவில் அவருக்கு வழங்கப்பட்டுள்ள கௌரவங்களில் கிங் சார்லஸ் மிமி விருது (2007), உட்ரூ வில்சன் விருது (2008), ஹூவர் விருது (2008), சர்வதேச வான் கார்மன் விங்ஸ் விருது (2009) ஆகியவை குறிப்பிடத்தக்கவை.

2002ம் ஆண்டு ஜூலை 25ம் நாளன்று, டாக்டர் அப்துல் கலாம், இந்தியாவின் பதினோராவது ஜனாதிபதியாகப் பொறுப்பேற்றுக் கொண்டார். இந்தியாவை வளர்ச்சியடைந்த ஒரு நாடாக மாற்றுவதற்கான வழிகளைத் தேடிக் கண்டுபிடிப்பதுதான் அவரது நோக்கமாகவும் மாபெரும் லட்சியமாகவும் இருந்து வருகிறது.

எனது பயணம்

கனவுகளுக்குச் செயல்வடிவம் கொடுத்தல்

ஏ.பி.ஜே. அப்துல் கலாம்

ஓவியங்கள்: பிரியா செபாஸ்டியன்

தமிழில்: நாகலட்சுமி சண்முகம்

MANJUL

மஞ்சுள் பப்ளிஷிங் ஹவுஸ்

First published in India by

MANJUL

Manjul Publishing House Pvt. Ltd.
Corporate Office:
2nd Floor, Usha Preet Complex,
42 Malviya Nagar, Bhopal 462 003 - India
Email: manjul@manjulindia.com Website: www.manjulindia.com
Sales & Marketing Office:
7/32, Ground Floor, Ansari Road, Daryaganj,
New Delhi-110 002 - India
Email: sales@manjulindia.com

Tamil translation of *My Journey - Transforming Dreams into Actions*
by *A.P.J. Abdul Kalam*

This edition first published in 2014

Copyright © A.P.J. Abdul Kalam 2013
First published in English by Rupa Publications India Pvt. Ltd.

Illustration copyright © Rupa Publications India Pvt. Ltd. 2013

ISBN 978-81-8322-394-2

Translation by Nagalakshmi Shanmugam
Editing & Layout by PSV Kumarasamy

Illustrations by Priya Sebastian

Printed & bound in India by Thomson Press (India) Ltd.

கடந்த இருபது வருடங்களாக
நான் சந்தித்தும் கலந்துரையாடியும் வந்துள்ள
ஒரு கோடியே அறுபது லட்சம் இளைஞர்களுக்கு
நான் இப்புத்தகத்தைச் சமர்ப்பிக்கிறேன்

உள்ளடக்கம்

முன்னுரை

‘எனது பயணம்’ எனும் இந்நூல், எனது குழந்தைப்பருவத்தில் தொடங்கி இப்போதுவரை என் வாழ்வில் எனக்குக் கிடைத்துள்ள சில குறிப்பிட்ட, தனித்துவமான அனுபவங்களை நினைவுகூர்கிறது. நான் எண்பது வயதைக் கடந்தவன். இத்தனை வருடங்களின் ஊடாக எனக்குக் கிடைத்தச் செழிப்பான அனுபவங்கள் மூலமாக நான் கற்றுக் கொண்டுள்ள மிக முக்கியமான பாடம், ஒருவர் தன் வாழ்வின் பல்வேறு நிலைகளில் தொடர்ந்து கனவு கண்டு கொண்டே இருக்க வேண்டும், பிறகு அந்தக் கனவுகளை நனவாக்குவதற்குக் கடினமாக உழைக்க வேண்டும் என்பதுதான். நாம் அவ்வாறு செய்தால், வெற்றி நமது கைக்கெட்டும் தூரத்தில் வந்துவிடும். நான் சந்திக்கின்ற பலரிடம், “கனவுகள் என்பது நம் தூக்கத்தில் நாம் காண்பவை அல்ல; நம்மை ஒருபோதும் தூங்கவிடாமல் பார்த்துக் கொள்பவைதான் நமது கனவுகளாக இருக்க வேண்டும்,” என்று எப்போதும் கூறி வருகிறேன்.

நான் ஒருநாள் என் தோட்டத்தில் நடந்து கொண்டிருந்தபோது இப்புத்தகத்திற்கான யோசனை எனக்கு உதித்தது. எப்போதும்போலவே, அத்தோட்டத்தில் இருந்த சுமார் நூறு வயதான மிகப் பெரிய மருத மரத்திற்குக் கீழே நான் நின்று கொண்டு, பறவைகள் ஏதேனும் புதிய கூடுகளைக் கட்டியிருந்தனவா அல்லது புதிய தேன்கூடு ஏதேனும் தோன்றியிருந்ததா என்று பார்ப்பதற்காக அம்மரத்தின் கிளைகளை அண்ணாந்து பார்த்தேன். புதுதில்லி நகரத்தில் நான் இந்த மரத்தை உற்றுப் பார்த்துக் கொண்டிருந்த அக்கணத்தில், ஏதோ

ஒன்று என் தந்தையை எனக்கு வெகுவாக நினைவூட்டியது. அவரும் அதிகாலையிலேயே துயிலெழும் ஒருவராக இருந்தார். அதிகாலையில் முதல் சில மணிநேரங்களை, நாங்கள் வாழ்ந்து வந்த ராமேஸ்வரத்தின் சாலைகள் வழியாகத் தனது தென்னந்தோப்பிற்கு நடந்து சென்று, அங்கிருந்த தென்னை மரங்களை ஆய்வு செய்து, இயற்கையுடன் செலவு செய்வது அவரது வழக்கம். எனது குழந்தைப் பருவத்தையும், அதில் இடம்பெற்றிருந்த நபர்களையும், என் வாழ்க்கைப் பயணத்தில் நான் பற்றி நடந்த கைகளையும் ஒரு புன்னகையோடும் ஒரு மகிழ்ச்சியுணர்வோடும் நான் நினைவுகூர்ந்தேன். நான் பயணித்துள்ள வழக்கத்திற்கு மாறான பாதைகள், நான் பார்த்துள்ள விஷயங்கள், நான் பங்கு வகித்த நிகழ்வுகள் ஆகியவற்றை உள்ளடக்கிய எனது வாழ்க்கைப் பயணத்தைப் பற்றியும் நான் சிந்திக்கத் துவங்கினேன். இந்த நினைவுகளும் அனுபவங்களும் என்னுடனேயே மடிந்துவிட வேண்டுமா அல்லது எனது லட்சக்கணக்கான வாசகர்களுடனும், ஒரு மாபெரும் ஆலமரத்தின் பரந்துபட்ட விழுதுகளைப்போல மிகப் பெரிய அளவில் பரந்து விரிந்துள்ள எனது குடும்ப உறுப்பினர்களுடனும் அவற்றை நான் பகிர்ந்து கொள்ள வேண்டுமா என்று நான் யோசிக்கத் துவங்கினேன்.

நான் ஏற்கனவே ஒருசில புத்தகங்களை எழுதியுள்ளேன். அவற்றில் சிலவற்றில் எனது குழந்தைப்பருவ அனுபவங்களை நான் விவரித்திருக்கிறேன். என் வாழ்க்கையைப் பற்றிய முதல் புத்தகத்தை நான் எழுதியபோது, அந்நூல் எப்படி மற்றவர்களுக்கு சுவாரசியமானதாக இருக்கும் என்று நான் வியந்திருக்கிறேன். எனது முந்தைய நூல்களைப் போலன்றி, இந்நூல், என் வாழ்வின் மிகச் சிறிய, அதிகமாக அறியப்படாத நிகழ்வுகள்மீது அதிகக் கவனம் செலுத்துகிறது. எனது தாயார் மற்றும் தந்தையாரைச் சுற்றி அமைந்த நிகழ்வுகளை நான் இதில் எழுதியுள்ளதற்குக் காரணம், அவர்கள் எனக்குள் அன்போடு விதைத்த மதிப்பீடுகளையும் நன்னெறிகளையும் இப்போது எனது எண்பத்தியிரண்டாவது வயதிலும்கூட நான் பெரிதும் மதித்துப் போற்றுவதுதான். அவர்கள் எனக்குள் விதைத்தப் பண்புநலன்களும், தாங்கள் எதிர்கொண்ட சாதகமற்றச்

சூழ்நிலைகளுக்கு அவர்கள் அளித்தச் செயல்விடைகளைப் பார்த்துப் புரிந்து கொண்டதன் மூலமாக நான் கற்றுக் கொண்ட மதிப்பீடுகளும் நான் சிறப்பான வாழ்க்கையை வாழ எனக்கு உதவி வந்துள்ளன. இந்த மதிப்பீடுகளின் ஊடாக, என் பெற்றோர் இன்றும் எனக்குள் வலிமையாக வாழ்ந்து கொண்டிருக்கின்றனர். எனது தந்தை, மக்களுடைய மனங்களைப் புரிந்து கொள்வதன் முக்கியத்துவத்தைப் பற்றிப் பேசியபோதும் சரி, சிரமங்களை உணர்ச்சிவசப்படாமல் எதிர்கொண்டபோதும் சரி, அவர் கூறிய வார்த்தைகள், பல வருடங்களுக்குப் பிறகு நான் பல இன்னல்களை எதிர்த்துப் போராட வேண்டியிருந்தபோது என் நினைவிற்கு வந்தன. என் தாயாரின் மென்மையான தொடுதலிலும், தனது குழந்தைகளை அவர் பேணி வளர்த்த விதத்திலும் அன்பும் பரிவும் நிறைந்த ஓர் உலகத்தை நான் கண்டேன். எனது சகோதரி ஜொஹராவின் பங்களிப்புகளையும் அவரது தயாள குணத்தையும் இந்நூலில் விபரமாகப் பதிவு செய்ய வேண்டும் என்ற ஒரு வலிமையான தூண்டுதல் என்னுள் எழுந்தது. நான் மேற்படிப்பைத் தொடர்வது பற்றிச் சிந்திப்பதற்கு என்னை ஊக்குவித்த எனது முதல் ஆசானான அகமது ஜலாலுதீனின் கண்ணோட்டத்தின் வெளிப்படைத்தன்மையையும் நான் இங்கு விரிவாகக் குறிப்பிட வேண்டியது அவசியமாயிற்று. இந்திய விமானப் படைக்குத் தகுதி பெற நான் தவறியது போன்ற நிகழ்வுகளும், நான் எதிர்கொண்ட வேறு பல துன்பங்களும், ஒருவரது வாழ்வில் பின்னடைவுகள் வகிக்கும் பங்கை எனக்குப் புரிய வைத்தன. அப்படிப் பின்னடைவுகள் ஏற்படும் நேரத்தில் அவை கடக்கப்பட முடியாதவையாக நமக்குத் தோன்றக்கூடும், ஆனால் மனத்தில் உறுதி இருந்தால், ஒருவரால் மீள முடியாத எந்தவொரு சிரமமும் உண்மையில் கிடையவே கிடையாது.

சமீபத்தில், நான் எனது நண்பர் அருண் திவாரியுடன் பேசிக் கொண்டிருந்தபோது, அவர் திடீரென்று, "கலாம் சார், இதுவரையிலுமான உங்கள் வாழ்க்கையை ஒரே வரியில் உங்களால் தொகுத்துக் கூற முடியுமா?" என்று வழக்கத்திற்கு மாறான ஒரு கேள்வியை என்னிடம் கேட்டார்.

அது என்னைச் சிறிது நேரம் சிந்திக்க வைத்தது. இறுதியில், "அருண், என்னுடைய வாழ்க்கையை இந்தச் சொற்றொடர்களையும் வார்த்தைகளையும் கொண்டு தொகுத்துக் கூறிவிடலாம்: ஒரு குழந்தையிடம் அன்பு அபரிமிதமாகப் பொழியப்படுகிறது . . . போராட்டம் . . . அதிகப் போராட்டம் . . . கசப்பான கண்ணீர் . . . பிறகு ஆனந்தக் கண்ணீர் . . . இறுதியில், வானில் பௌர்ணமி நிலவு பிறப்பெடுப்பதைப் பார்ப்பது போன்ற மகிழ்ச்சியான மற்றும் மனநிறைவான ஒரு வாழ்க்கை," என்று நான் அவரிடம் கூறினேன்.

இக்கதைகள், எனது வாசகர்கள் அனைவரும் தங்கள் கனவுகளைப் புரிந்து கொள்வதற்கும், தங்களை விழித்திருக்க வைக்கின்ற அக்கனவுகளை நனவாக்குவது குறித்துக் கடினமாக உழைப்பதற்கு அவர்களைத் தூண்டுவதற்கும் உதவும் என்று நான் நம்புகிறேன்.

ஏ.பி.ஜே. அப்துல் கலாம்

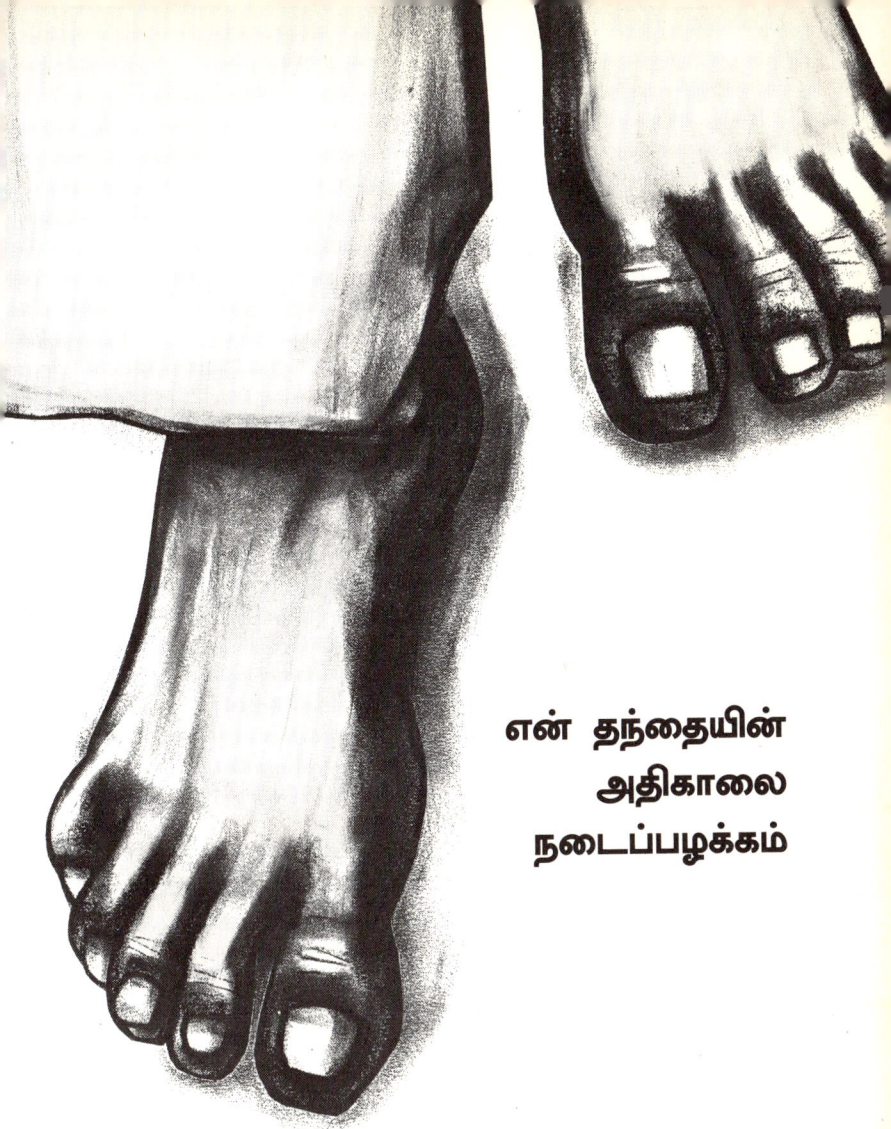

என் தந்தையின்
அதிகாலை
நடைப்பழக்கம்

என் நினைவுக்கு எட்டியவரை, என் தந்தை ஜைனுலாபுதீன் அவர்களின் நாள் அதிகாலை நான்கு மணிக்குத் துவங்கியது. வீட்டில் எவரொருவரும் கண்விழிப்பதற்கு முன்பாகவே அவர் எழுந்துவிடுவார். கிழக்கு வெளுக்கத் துவங்கும்போது தனது பிரார்த்தனைகளைக் கூறிவிட்டு, எங்களது தென்னந்தோப்பிற்கு அவர் காலாற ஒரு நடை நடந்து வருவார். தமிழ்நாட்டில் ஒரு தீவில் அமைந்துள்ள, கோவில்கள் நிரம்பிய ஒரு சிறிய ஊரான ராமேஸ்வரத்தில் நாங்கள் வாழ்ந்து வந்தோம். இது இந்தியாவின் கிழக்குக் கடற்கரையில் அமைந்திருப்பதால், காலையில் மிக முன்னதாகவே சூரியன் உதயமாகிவிடும். சூரிய உதயம், சூரிய அஸ்தமனம், மற்றும் கடல் அலைகளின் தாளத்திற்கேற்ப எங்களுடைய நாளின் அட்டவணை அமைந்திருக்கும்.

கடலின் ஓசை எங்கள் வாழ்வில் ஒரு நிரந்தர அங்கம் வகித்தது. கொந்தளிப்பான கார்கால மாதங்களில் புயல்களும் சூறாவளிகளும் குறிப்பிட்டக் கால இடைவேளைகளில் கோர தாண்டவமாடிச் சென்றன. நாங்கள் எங்களது பூர்வீக வீட்டில் வாழ்ந்து வந்தோம். பத்தொன்பதாம் நூற்றாண்டின் ஏதோ ஒரு காலகட்டத்தில், சுண்ணாம்புக் கற்களாலும் செங்கற்களாலும் கட்டப்பட்ட, ஓரளவு பெரிய வீடு அது. எங்கள் வீடு ஒருபோதும் ஆடம்பரமானதாக இருக்கவில்லை என்றாலும், அது எப்போதும் அன்பால் நிரம்பி வழிந்தது. படகுகளை உருவாக்கும் வியாபாரத்தில் என் தந்தை ஈடுபட்டிருந்தார். அதோடு, எங்கள் வீட்டிலிருந்து நான்கு மைல் தூரத்தில் எங்களுக்குச் சொந்தமான ஒரு தென்னந்தோப்பும் இருந்தது. அதிகாலை வேளைகளில் என் தந்தை அங்குதான் நடந்து சென்று வருவார். அவர் வழக்கமாக ஒரே பாதை வழியாகவே சென்று வந்தார். அவ்வழியை விடுத்து வேறு பாதையில் அவர் அரிதாகவே சென்றார். முதலில், எங்கள் வீடு அமைந்திருந்த மசூதித் தெருவிற்குள் அவர் காலெடுத்து

வைப்பார். இது பெருவாரியாக இஸ்லாமிய மக்கள் வசித்த ஒரு சிறிய பகுதியாகும். பல நூற்றாண்டுகளாக எங்கள் ஊரைப் பிரபலப்படுத்தி வந்துள்ள சிவன் கோவிலுக்கு அருகே எங்கள் தெரு அமைந்திருந்தது. அதற்கடுத்து, என் தந்தை எங்கள் ஊரின் குறுகலான சந்துகள் வழியாக நடந்து சென்று, தென்னந்தோப்புகளுக்கு இட்டுச் செல்கின்ற சற்று அகலமான சாலைகளைக் கடந்து, இறுதியில், அத்தோப்புகளின் ஊடாக நடந்து சென்று எங்களது தோப்பை அடைவார்.

புதியதொரு தினத்தின் சவால்களை எதிர்கொள்வதற்கு வெகு முன்னதாகவே, அதிகாலையில் அவர் அந்த அமைதியான சாலைகளில் நடந்து செல்வதை நான் இன்று கற்பனை செய்ய முயற்சிக்கிறேன். எங்கள் குடும்பம் சற்றுப் பெரியது. எங்களுடைய தேவைகளை நிறைவேற்றுவதற்கு அவர் மிகவும் சிரமப்பட்டிருக்க வேண்டும் என்று நான் உறுதியாக நம்புகிறேன். ஆனால் அந்த வைகறை நேரத்தில், என் தந்தை, கடலின் ஓசையையும், தன்னைப்போலவே சூரிய உதயத்தால் விழிப்பூட்டப்பட்டு எல்லா இடங்களிலும் கீழ்நோக்கிப் பாய்ந்து கொண்டும் விருப்பம்போலப் பறந்து திரிந்து கொண்டும் இருந்த அண்டங்காக்கைகளும் பிற பறவைகளும் ஏற்படுத்திய ஒலிகளையும் உன்னிப்பாகக் கேட்டு மகிழ்ந்திருப்பார் என்று நான் நினைத்துக் கொள்கிறேன். அவர் தனது தென்னந்தோப்பை நோக்கிப் பயணித்தபோது தன் மனத்திற்குள் பிரார்த்தித்தபடியே நடந்து சென்றிருக்கலாம், அல்லது தனது குடும்பத்தைப் பற்றி ஓர் அமைதியான, குழப்பமற்ற அதிகாலை மனத்தைக் கொண்டு சிந்தித்திருக்கலாம். அவரது நீண்ட தினசரி நடையின்போது அவரது மனத்தில் என்ன ஓடிக் கொண்டிருந்தது என்று நான் அவரிடம் ஒருபோதும் கேட்டதில்லை. தன் தந்தையைப் பற்றி இவ்விதத்தில் நினைத்துப் பார்ப்பதற்கு ஒரு சிறுவனுக்கு உண்மையில் நேரம் எங்கே கிடைக்கிறது? ஆனால் அதிகாலையில் அவர் காலாற நடந்து வந்தது அவரது ஆளுமைக்கு ஏதோ ஒன்றைக் கூட்டியதாக, அன்னியர்களுக்குக்கூட வெளிப்படையாகத் தெரிகின்ற ஒரு சாந்தத்தை அவருக்குச் சேர்த்ததாக நான் எப்போதுமே உறுதியாக நம்பி வந்துள்ளேன்.

என் தந்தை பள்ளிக்குச் சென்று அவ்வளவாகப் படித்திருக்கவில்லை. அவர் தனது நீண்ட வாழ்நாளில் அவ்வளவாகச் செல்வத்தையும் கைவசப்படுத்தவில்லை. ஆனாலும், எனக்குத் தெரிந்த மிகவும் அறிவார்ந்த, உண்மையிலேயே தயாள குணத்தைக் கொண்டவர்களில் அவரும் ஒருவர். அவரைத் தந்தையாகப் பெற்றது என் பாக்கியம். எங்களது மசூதிதான் மக்கள் வழக்கமாகக் கூடும் இடமாக இருந்தது. மக்களுக்குப் பிரச்சனை ஏற்பட்டபோதெல்லாம், ஆலோசனைக்காக அவர்கள் என் தந்தையிடம்தான் வந்தனர். என் தந்தை உண்மையிலேயே கடவுளுடன் தொடர்பு கொண்டிருந்ததாக அவர்கள் நம்பினர். தொழுகைக்காக நான் அவருடன் மசூதிக்குச் சென்றது எனக்கு நினைவிருக்கிறது. நாங்கள் எங்கள் தொழுகை எதையும் தவறவிட்டுவிடக்கூடாது என்பதில் அவர் உறுதியாக இருந்தார். இக்கடமையிலிருந்து தவறுவது பற்றிய எண்ணம் எங்களுக்கும் தோன்றியதில்லை. நாங்கள் எங்கள் தொழுகையை முடித்துவிட்டு வெளியே வரும்போது, என் தந்தையிடம் பேசுவதற்காகவும் தங்களது கவலைகளை அவரோடு பகிர்ந்து கொள்வதற்காகவும் ஏராளமான மக்கள் அங்கு காத்துக் கொண்டிருப்பர்.

இந்த மக்கள் அவரிடம் எதைக் கண்டனர்? என் தந்தை ஒரு மத போதகரோ அல்லது ஓர் ஆசானோ அல்ல. தனது நம்பிக்கைகளின்படியும் தனது மதத்தின் ஒழுக்க நெறிகளின்படியும் வாழ்ந்த ஒரு சாதாரண மனிதர் அவர். அவர் அம்மக்களுக்கு எதைக் கொடுத்தார்? வெறுமனே அவரது இருத்தல் அவர்களை அமைதிப்படுத்தி, அவர்களுக்கு நம்பிக்கையைக் கொடுத்தது என்று நான் இப்போது நினைக்கிறேன். அவர் அவர்களுக்காகப் பிரார்த்தனை செய்தார். தண்ணீருடன்கூடிய சிறிய கலயங்களைப் பலர் அவரிடம் கொடுத்தனர். அவர் தனது விரல்களை அவற்றில் அமிழ்த்தி, ஒரு பிரார்த்தனையைச் செய்வார். பிறகு அந்த நீரை, நோயாளிகளுக்குக் கொடுப்பதற்காக அவர்கள் எடுத்துச் செல்வர். சில நாட்கள் கழித்து, இவர்களில் பலர் எங்கள் வீட்டிற்கு வந்து, தங்களது அன்புக்குரியவர்களை குணப்படுத்தியதற்காக என் தந்தைக்கு நன்றி தெரிவித்துவிட்டுச் செல்வார்கள்.

என் தந்தை ஏன் இதைச் செய்தார்? இடைவிடாது ஓடியாடிக் கொண்டிருந்த அவர் தனது படுசுறுசுறுப்பான வாழ்க்கைக்கு இடையிலும், மக்களிடம் பேசுவதற்கும், அவர்களுக்கு ஆறுதல் அளிப்பதற்கும், அவர்களுக்காகப் பிரார்த்தனை செய்வதற்கும் தேவையான அமைதியையும் தயாள குணத்தையும் எங்கிருந்து பெற்றார்? என் தந்தை மிகவும் எளிமையானவராக இருந்தார். முக்கிய நகரத்திலிருந்து முழுவதுமாகத் துண்டிக்கப்பட்ட, கோவில்கள் நிரம்பிய ஒரு சிறிய ஊரில், வாழ்க்கைச் செலவிற்குத் தேவையான பணத்தைச் சம்பாதிப்பதற்கான வழிகளைக் கண்டுபிடிப்பதற்கு அல்லற்பட்ட அவருக்கு, வாழ்க்கை நிச்சயமாக அவ்வளவு சுலபமானதாக இருக்கவில்லை. ஆனாலும், தன்னிடம் பேசுவதன் மூலம் தங்கள் சுமைகளை இறக்கி வைக்கத் தன்னை நாடி வந்த எவரொருவரையும் என் தந்தை விரட்டியடித்து நான் பார்த்ததில்லை.

என் தந்தை, கடவுளுடன் ஏதோ ஒரு வகையான தொடர்பு கொண்ட ஆழமான ஓர் ஆன்மீகவாதியாக இருந்தார் என்பதில் சந்தேகமில்லை. ஓர் அறிவார்ந்த நபராக அவர் இருந்ததிலிருந்துதான் அவரது ஆன்மீகம் வந்ததாக நான் நம்புகிறேன். அவர் தனது மறைநூலை நன்றாகக் கற்றிருந்தார். ஆர்வமிக்க இளம் மனங்களுக்குக்கூடப் புரியும் விதத்தில் மறைநூலில் கூறப்பட்டுள்ள உண்மைகளை அவரால் எடுத்துரைக்க முடிந்தது. நான் அவரிடம் கேள்விகள் கேட்டபோது, அவர் எனக்கு எப்போதுமே பதிலளித்தார். மேலும், அவற்றை எளிமையான, நேரடியான தமிழில் விளக்க முயற்சித்தார். ஒருமுறை நான் அவரிடம், "இந்த மக்கள் ஏன் உங்களிடம் வருகின்றனர்? நீங்கள் உண்மையிலேயே அவர்களுக்காக என்ன செய்கிறீர்கள்?" என்று கேட்டேன். அதற்கு அவர் அளித்த பதில், ஐம்பது வருடங்களுக்குப் பிறகு இன்றுகூட என் நினைவில் நிலைத்திருக்கிறது.

"மனிதர்கள் தனிமையில் இருக்கும்போது, துணையைத் தேடத் துவங்குகின்றனர். இது இயல்பான நடவடிக்கைதான். அவர்கள் பிரச்சனையில் இருக்கும்போது, தங்களுக்கு உதவுவதற்கு யாரையேனும் அவர்கள் தேடுகின்றனர் . . . மீண்டும் மீண்டும் ஏற்படுகின்ற ஒவ்வொரு வேதனையும்

ஏக்கமும் விருப்பமும் தனக்கு உதவக்கூடிய ஒருவரைத் தேடிக் கண்டுபிடித்துக் கொள்கிறது. பிரார்த்தனைகள் மற்றும் காணிக்கைகள் மூலமாகத் தீய சக்திகளைத் துரத்தியடிக்கின்ற அவர்களது முயற்சியில் நான் ஓர் இடையாளாக மட்டுமே இருக்கிறேன்."

நான் பல ஆண்டுகளை அறிவியல் ஆராய்ச்சியில் செலவிட்டுள்ள போதிலும், பிரார்த்தனைகளைப் பற்றியும் மனிதர்கள்மீதான அவற்றின் தாக்கம் பற்றியும் அவர் என்னிடம் கூறிய விஷயம் இன்றும் என்னில் எதிரொலித்துக் கொண்டிருக்கிறது. உதவியை வெளியே தேடுவது ஒருபோதும் இறுதி விடையல்ல என்று அவர் கூறினார். "எதிர்காலத்தைப் பற்றிய, பயத்தின் அடிப்படையில் அமைந்த ஒரு முன்னோக்கிற்கும், மனநிறைவின் எதிரியை நமக்குள்ளேயே தேடுவதற்கு நமக்கு வலிமையைக் கொடுக்கின்ற ஒரு முன்னோக்கிற்கும் இடையே உள்ள வேறுபாட்டை ஒருவர் புரிந்து கொள்ள வேண்டும் . . . பிரச்சனைகள் வரும்போது, உனது துன்பங்களுக்கும் அப்பிரச்சனைகளுக்கும் இடையேயான தொடர்பைப் புரிந்து கொள்ள நீ முயற்சிக்க வேண்டும். இன்னல்கள் எப்போதும் நமது கடந்தகாலத்தை நினைத்துப் பார்த்து ஆய்வு செய்வதற்கான வாய்ப்புகளை நமக்குக் கொடுக்கின்றன."

வாழ்க்கை என்மீது திணித்தப் பல பின்னடைவுகளிலும் தோல்விகளிலும், வலிமையை நான் எனக்குள்ளேயே தேடிப் பார்ப்பதற்கான சக்தியை அவரது அறிவுரை எனக்குக் கொடுத்தது. வாழ்க்கை என்னை ராமேஸ்வரத்திலிருந்து வெகுதூரம் அழைத்துச் சென்றது. எனது பயணம், ஒரு போர் விமானத்தின் விமானியறையில் இருந்து நாட்டின் மிக உயர்ந்த பதவிவரை, நான் கனவிலும் நினைத்துப் பார்த்திராத பல இடங்களுக்கு என்னைக் கூட்டிச் சென்றது. ஆனாலும், என் தந்தையின் வார்த்தைகள்தான் எப்போதும் என்னிடம் மீண்டும் மீண்டும் திரும்பி வந்தன.

நான் கவலைப்படும்போதெல்லாம், பின்வரும் வார்த்தைகளை என் தந்தை என்னிடம் கூறுவதாக நான் கற்பனை செய்கிறேன்: "ஒரு தெய்வீக சக்தி நம் அனைவரையும் பாதுகாப்பாகப் பார்த்துக்

கொண்டிருக்கிறது. நமது வருத்தங்கள், தோல்விகள், மற்றும் துயரங்களில் இருந்து அது நம்மைக் கனிவாக விடுவிக்கிறது. நமது மனங்களைத் திறந்து, அந்த தெய்வீக சக்தி உள்ளே நுழைய நாம் அனுமதித்தால், நம்முடைய உண்மையான இடத்திற்கு அது நம்மை வழிநடத்திச் செல்லும். உன்னை மட்டுப்படுத்துகின்ற பிடிகளிலிருந்து உன்னை விடுவித்துக் கொண்டு, அந்த தெய்வீக சக்தி உன் மனத்தைத் தன் கட்டுப்பாட்டிற்குள் கொண்டு வருவதற்கு அனுமதி கொடு. அப்போதுதான் உண்மையான மகிழ்ச்சி மற்றும் அமைதிக்கான பாதையில் நீ பயணிப்பாய்."

இப்போது எனக்கு எண்பத்தியிரண்டு வயதாகிறது. அவரைப்போலவே, எனது நாளும், இன்றுகூட, நான் காலாற ஒரு நடை நடப்பதோடுதான் துவங்குகிறது. ஒவ்வொரு நாள் காலையிலும் நான் ஒரு புதிய சூரிய உதயத்தையும், வைகறை வானில் தோன்றுகின்ற ஒளியையும், குளிர்ந்த காற்றையும், பறவைகளின் இனிய அழைப்புகளையும் மகிழ்ச்சியாக அனுபவிக்கிறேன். நாளின் இச்சிறிய பகுதி எவ்வாறு நம்மை இயற்கையோடு ஒன்றிணைக்கிறது என்பதை என்னால் புரிந்து கொள்ள முடிகிறது. ஒவ்வொரு நாளின் காலைநேரமும், அன்றைய தினம் இயற்கைச் சக்திகள் எவ்வாறு ஒன்றுகூடுகின்றன என்பதற்கு ஏற்ப வித்தியாசமாக இருக்கின்றது. இயற்கை நமக்கென்றே நடத்தும் ஒரு சிறு நாடகம் இது. இதைக் கண்டு என்னால் வியக்காமல் இருக்க முடிவதில்லை. என் தந்தையைப் போலன்றி, என்னுடைய பயணங்கள் காரணமாக, நான் காலைவேளைகளில் வெவ்வேறு பெருநகரங்களிலும் சிறுநகரங்களிலும் இருக்கிறேன். ஆனால், அதிகாலை அமைதியும் சலனமின்மையும் எல்லா இடங்களிலும் ஒன்றுபோலத்தான் இருக்கின்றன. நான் எங்கே இருந்தாலும் சரி, ஒரு புதிய காலைநேரத்தில் சுறுசுறுப்பாகத் தம் கடமையைச் செய்கின்ற பறவைகள் வாசம் செய்கின்ற, காலைநேரக் காற்றில் என்னைப் பார்த்து மென்மையாகக் கையசைக்கின்ற இலைகளைக் கொண்ட ஒரு மூத்த மரத்தை என்னால் கண்டுபிடிக்க முடியும். அது ஒரு வெப்பமான வைகறையாகவோ அல்லது என் சுவாசக் காற்று எனக்கு முன்னால் புகைபோலப் படிகின்ற மிகக் கடுமையான குளிர்காலக் காலைநேரமாகவோ

இருக்கக்கூடும். ஆனால் எஞ்சிய நாள் கொண்டுவரக்கூடிய கவலைகளும் பிரச்சனைகளும் அற்ற இந்த அதிகாலைக் கணங்கள் எனக்கு மிகவும் அர்த்தமுள்ளவையாக விளங்குகின்றன.

புதுதில்லியிலுள்ள எனது வீட்டில் ஒரு பழம்பெரும் மருத மரம் இருக்கிறது. நான் என் தோட்டத்தில் நடக்கும்போது, என் கால்கள் எப்போதும் அதை நோக்கி என்னைக் கூட்டிச் சென்றுவிடும். அம்மரத்தில் வழக்கமாகத் தேனடைகள் நிரம்பியிருக்கும். நூற்றுக்கணக்கான பறவைகள் அதில் வாசம் செய்கின்றன. இம்மரத்தின் மதிப்பும் அழகும் தோற்றமும் என் தந்தையைப் பற்றிய நினைவுகளை என் மனத்தில் தோற்றுவிக்கின்றன. சில சமயங்களில் நான் அம்மரத்தோடு மௌனமான உரையாடல்களில் ஈடுபடுவதும் உண்டு. ஒருமுறை, பின்வரும் கவிதையை நான் எழுதினேன். அந்த மரத்தால் பேச மட்டும் முடிந்தால், அது என்னிடம் இவ்வாறு கூறியிருக்கும் என்று நான் கற்பனை செய்தேன்:

கலாம், என் இனிய நண்பனே,
உன் பெற்றோரைப்போல நானும்
நூறு வயதைக் கடந்துவிட்டேன்.
ஒவ்வொரு வைகறையிலும் நீ
ஒரு மணிநேரம் நடக்கிறாய்,
பௌர்ணமி இரவுகளிலும் நான்
உன்னைப் பார்க்கிறேன்,
நீ எப்போதும் சிந்தனையோடு
நடந்து கொண்டிருக்கிறாய்.
என் நண்பனே, உன் மனத்தில் உள்ள
எண்ணங்களை நான் அறிவேன்,
'உனக்கு என்னால் என்ன கொடுக்க முடியும்?' ...

(என் வீட்டிலுள்ள மாபெரும் மரம்)

என் வாழ்க்கை என்னை எங்கெல்லாம் கூட்டிச் செல்கின்றதோ, அங்கு நான் பயணிக்கும்போது, என் தந்தையை அடிக்கடி நான் நினைத்துப் பார்க்கிறேன். என் மனத்தின் கண்களில், ஓர் எளிய நபரைப் பார்க்கிறேன். அவர் தனது வயோதிகப் பருவத்திலும்கூட ஒவ்வொரு நாள்

காலையிலும் தனது தென்னந்தோப்பிற்கு நடந்து சென்றார். அவர் எங்கள் வீட்டிலிருந்து புறப்பட்டுக் கிட்டத்தட்ட ஒரு மணிநேரத்திற்கும் மேலாக ஆகியிருப்பதாகவும், தென்னந்தோப்பின் பராமரிப்பாளரும் காலையிலேயே கண்விழித்துத் தனது வேலையைச் செய்வதாகவும் நான் நினைத்துப் பார்க்கிறேன். என் தந்தை தனது தோப்பிற்குள் நடந்து செல்லும்போது, அவரும் அத்தோப்பின் பராமரிப்பாளரும் ஒருவருக்கொருவர் காலை வணக்கம் தெரிவித்துக் கொள்கின்றனர். என் தந்தை எங்கேனும் சிறிது நேரம் அமர்ந்திருப்பார். தோப்பின் பராமரிப்பாளர் ஒரு தென்னை மரத்தின்மீது ஏறுகிறார். ஓர் அரை டஜன் தேங்காய்களைத் தேர்ந்தெடுத்து, அவர் அவற்றைத் தனது கத்தியால் ஒரே சீவில் வெட்டிச் சாய்க்கிறார். அவை ஒரு பெரும் சத்தத்தோடு நிலத்தில் விழுகின்றன. பிறகு அவர் மரத்திலிருந்து வேகமாகக் கீழே இறங்கி வந்து, தேங்காய்களைச் சேர்த்துக் கட்டுகிறார். இப்போது என் தந்தையும் அவரும் சிறிது நேரம் தோழமையாக அமர்கின்றனர். தென்னை மரங்களின் நிலையைப் பற்றி அவர்கள் பேசிக் கொள்கின்றனர். அவர்கள் வானத்தை நோக்கிப் பார்த்து, மழையைப் பற்றியும் பூச்சிகளைப் பற்றியும் நிலம் தொடர்பான பல்வேறு விவகாரங்களைப் பற்றியும் பேசுகின்றனர். இறுதியாக, என் தந்தை, கட்டி வைக்கப்பட்டுள்ள தேங்காய்களை எடுத்துக் கொண்டு, அந்தப் பராமரிப்பாளரிடமிருந்து விடைபெற்றுக் கொண்டு, எங்கள் வீட்டை நோக்கி நடக்கத் துவங்குகிறார். வழியில் எங்களது அண்டைவீட்டாருக்கும் மற்றவர்களுக்கும் அவர் ஒருசில தேங்காய்களைக் கொடுக்கிறார். மீதிக் காய்களை அவர் எங்கள் வீட்டிற்குக் கொண்டு வருகிறார். என் தாயார் அவற்றைக் கொண்டு கறிகளையும் சட்னிகளையும் தயாரிக்கிறார். என் தாயார் வாழையிலையில் பரிமாறிய கெட்டியான அந்தத் தேங்காய்ச் சட்னியுடன்கூடிய எளிய உணவுகளை நான் மிகவும் மகிழ்ச்சியாக உட்கொண்டது இன்றும் என் நினைவில் உள்ளது. பல வருடங்களுக்குப் பிறகுகூட என் நாவில் நிலைகொண்டுவிட்டுள்ள ஒரு சுவை அது. அதில் என் பெற்றோரின் அன்பும் அவர்களுடைய கடின உழைப்பும் கலந்திருந்தன என்பதை அறியும்போது, அது இன்னும் அதிகச் சுவை கொண்டதாக ஆனது.

படகு

ராமேஸ்வரத்தில் நான் வளர்ந்து வந்த காலத்தில், கடல் எங்கள் வாழ்வின் ஒரு முக்கிய அம்சமாக இருந்து வந்தது. அதன் அலைகள், கரையில் வந்து மோதும் அலைகளின் சத்தம், பாம்பன் பாலத்தில் செல்லும் ரயில்களின் ஒலி, நகரத்தைச் சுற்றி எப்போதும் வட்டமிட்டுக் கொண்டிருந்த பறவைகள், காற்றில் கலந்திருந்த உப்பு ஆகியவை எனது குழந்தைப்பருவ நினைவுகளோடு எப்போதும் தொடர்ந்து இணைக்கப்பட்டிருக்கும். கடல் எங்களைச் சுற்றி எப்போதும் நிலை கொண்டிருந்தது போக, எங்களுடைய வாழ்க்கைக்கான ஜீவாதாரமாகவும் அது இருந்தது. மீனவர்களாகவோ அல்லது படகு உரிமையாளர்களாகவோ, கிட்டத்தட்ட ஒவ்வொரு வீடும் ஏதோ ஒரு விதத்தில் அந்தக் கடலுடன் சம்பந்தப்பட்டு இருந்தது.

என் தந்தையும் ஒரு படகு உரிமையாளராக இருந்ததால், சுமார் இருபத்தியிரண்டு கிலோ மீட்டர் தூர இடைவெளியில் அமைந்திருந்த ராமேஸ்வரத்திற்கும் தனுஷ்கோடிக்கும் இடையே மக்களை அழைத்துச் சென்ற ஒரு பயணப் படகை அவர் இயக்கி வந்தார். என் தந்தைக்கு இந்த யோசனை தோன்றிய சமயமும், அந்தப் படகை நாங்கள் உருவாக்கிய விதமும் என் நினைவில் இன்னும் பசுமையாக இருக்கின்றன.

புராதனகாலம் முதலாக, ராமேஸ்வரம், மிக முக்கியமான புனித யாத்திரைத் தலமாக இருந்து வந்துள்ளது. சீதா பிராட்டியை மீட்பதற்காக இலங்கைக்குச் சென்ற வழியில், ராமர் இங்கு வந்து தங்கி, இலங்கைக்கு ஒரு பாலம் கட்டியதாக நம்பப்படுகிறது. சீதா பிராட்டியால் உருவாக்கப்பட்ட சிவலிங்கம்தான் ராமேஸ்வரத்தில் உள்ள சிவன் கோவிலை அலங்கரிக்கிறது. இலங்கையிலிருந்து அயோத்திக்குத் திரும்பிச் சென்ற வழியில், ராமரும் லட்சுமணரும் சீதா பிராட்டியும் இங்கு தங்கி சிவபெருமானை வழிபட்டதாகச் சில ராமாயண

வடிவங்கள் கூறுகின்றன. எங்கள் ஊருக்கு வரும் மக்கள், தங்கள் புனித யாத்திரையின் ஓர் அங்கமாக தனுஷ்கோடிக்குச் செல்வர். தனுஷ்கோடியில் இருக்கும் சாகர சங்கமத்தில் நீராடுவது புனிதமானதாகக் கருதப்படுகிறது. வங்கக் கடலும் இந்தியப் பெருங்கடலும் சந்திக்கின்ற இடம்தான் இந்தச் சங்கமம். நான் சிறுவனாக இருந்தபோது, தனுஷ்கோடியை அடைவதற்கு ரயிலைத் தவிரப் படகும் ஒரு நல்ல வழியாக இருந்தது.

தனது சொற்ப வருமானத்தை அதிகரித்துக் கொள்வதற்கான வழிகளைத் தேடிய எனது தந்தை, பயணப் படகு வியாபாரம் ஒன்றைத் துவக்குவதென்று தீர்மானித்தார். அதற்குத் தேவையான ஒரு படகைக் கடற்கரையிலேயே அவர் உருவாக்கத் துவங்கினார்.

சிறிய மரக் கட்டைகள் மற்றும் உலோகங்களிலிருந்து உயிர்பெற்று எழுந்த ஒரு படகைப் பார்த்ததுதான், பொறியியல் உலகிற்கான எனது முதல் அறிமுகமாக இருந்திருக்க வேண்டும். படகிற்குத் தேவையான மரக் கட்டைகளை நாங்கள் வாங்கினோம். அச்சமயத்தில் எங்களது நெருங்கிய உறவினர் அகமது ஜலாலுதீன் என் தந்தைக்கு உதவுவதற்காக வந்தார். ஒவ்வொரு நாளும், அந்தப் படகு கட்டப்பட்டுக் கொண்டிருந்த இடத்திற்குச் செல்வதற்காக நான் துடித்துக் கொண்டிருந்தேன். நீளமான மரத் துண்டுகள் தேவையான வடிவத்தில் வெட்டப்பட்டு, உலர வைக்கப்பட்டு, வழுவழுப்பாக்கப்பட்டு, பிறகு ஒன்றாக இணைக்கப்பட்டன. படகின் அடிப்பகுதிக்குத் தேவையான மரக்கட்டைகள் விறகு அடுப்புகளில் பக்குவப்படுத்தப்பட்டன. படகின் அடிப்புறம் முதலிலும், பிறகு அதன் பக்கங்களும், அதன் பிறகு மொத்தப் படகும் எங்கள் கண்முன்னே உருவாகத் துவங்கின. பல வருடங்களுக்குப் பிறகு, என் வேலையில், ராக்கெட்டுகளையும் ஏவுகணைகளையும் உருவாக்குவது எப்படி என்பதை நான் கற்றேன். சிக்கலான கணிதமும் அறிவியல் ஆய்வும் அந்தப் பொறியியல் அதிசயங்களின் அடித்தளங்களாக விளங்கின. ஆனால், புனித யாத்திரீகர்களையும் மீனவர்களையும் அங்குமிங்கும் கூட்டிச் செல்லவிருந்த, கடற்கரையில் உருவாக்கப்பட்டுக் கொண்டிருந்த அந்தப் படகு எங்கள் வாழ்வில் அப்போது

முக்கியமற்றது என்றோ அல்லது அது ஒரு முக்கியமான நிகழ்வு அல்ல என்றோ யாரால் கூற முடியும்?

அந்தப் படகின் உருவாக்கம் எனக்கு இன்னொரு விதத்தில் ஒரு முக்கியமான தாக்கமாக அமைந்தது. அது அகமது ஜலாலுதீனை என் வாழ்விற்குள் அழைத்து வந்தது. அவர் என்னைவிட வயதில் மிகவும் மூத்தவர். ஆனாலும் நாங்கள் எங்களுக்கிடையே நெருக்கமான ஒரு நட்பை வளர்த்துக் கொண்டோம். கற்பதற்கும் கேள்வி கேட்பதற்கும் எனக்குள் இருந்த உள்ளார்ந்த ஆர்வத்தை அவர் அங்கீகரித்தார். நான் கூறியதைப் பொறுமையாகக் காது கொடுத்துக் கேட்பதற்கும் அறிவுரைகளை அள்ளி வழங்குவதற்கும் அவர் ஒருபோதும் தயங்கியதே இல்லை. அவர் உயர்நிலைப் பள்ளிவரை படித்திருந்ததால், அறிவியலறிஞர்கள், கண்டுபிடிப்புகள், இலக்கியம், மருத்துவம் ஆகியவற்றைப் பற்றி என்னிடம் பேசினார். ராமேஸ்வரத்தின் தெருக்களிலோ, கடற்கரையோரத்திலோ, அல்லது எங்கள் படகு உருவாக்கப்பட்டுக் கொண்டிருந்த இடத்திற்கு அருகிலோ நான் அவரோடு நடந்து சென்றபோது, என் மனம் புதிய யோசனைகளையும் லட்சியங்களையும் உருவாக்கத் துவங்கியது.

படகு வியாபாரம் எங்களுக்கு வெற்றிகரமான ஒன்றாக அமைந்தது. படகைச் செலுத்துவதற்கு என் தந்தையார் சில நபர்களை வேலைக்கு அமர்த்தினார். தனுஷ்கோடியைச் சென்றடைவதற்குப் புனித யாத்திரீகர்கள் அப்படகின் சேவையைப் பயன்படுத்தினர். ராமேஸ்வரத்திலிருந்து புறப்பட்ட அந்தப் படகில் சில சமயங்களில் நானும் யாருக்கும் தெரியாமல் ஏறி, படகைச் செலுத்துபவர்களுடன் சென்று அமர்ந்து கொள்வேன். ராமரின் கதையை யாத்திரீகர்கள் கூறி நான் தெரிந்து கொண்டேன். ராமர் எப்படித் தனது குரங்குப் படையினரின் உதவியுடன் இலங்கைக்கு ஒரு பாலம் கட்டினார், சீதையை அவர் எவ்வாறு மீட்டுக் கொண்டு வந்து, ராவணனைக் கொன்றதற்குப் பிராயச்சித்தமாகத் தவம் செய்வதற்காக ராமேஸ்வரத்தில் மீண்டும் தங்கினார் என்பது பற்றியும் நான் அறிந்து கொண்டேன். வட இந்தியாவிற்குச் சென்று ஒரு பெரிய சிவலிங்கத்தைக் கொண்டு வருமாறு அனுமனிடம் கூறப்பட்டதாகவும்,

அனுமன் வருவதற்கு மிகவும் தாமதமானதால், சீதா
பிராட்டி, காத்திருக்க விருப்பமின்றித் தனது சொந்தக்
கைகளால் ஒரு சிவலிங்கத்தை வடிவமைத்து
வழிபட்டத்தைப் பற்றிய கதையையும் நான்
கேள்விப்பட்டேன். எங்களுடைய படகுச் சேவையை
இந்தியா நெடுகிலுமிருந்து வந்த மக்கள் பயன்படுத்தியதால்,
இக்கதைகளும் இன்னும் பல்வேறு கதைகளும் பல்வேறு
மொழிகளிலும் வடிவங்களிலும் என்னைச் சுற்றி உலா
வந்தன. தங்களுக்கிடையே ஒரு சிறுவன் இருந்ததை
அவர்கள் எப்போதுமே விரும்பினர். எப்போதும்
ஒருவரில்லையேல் மற்றொருவர் என்னுடன் பேசவும், தனது
வாழ்க்கைக் கதையையும், தான் புனித யாத்திரை
மேற்கொண்டதற்கான காரணத்தையும் பகிர்ந்து
கொள்ளவும் தயாராக இருந்தார்.

எனது பள்ளியும் ஆசிரியர்களும் அகமது ஜலாலுதீனும்
மற்றவர்களும் எனக்குப் பல விஷயங்களைக் கற்றுக்
கொடுத்தனர். ஆனால் அந்தப் படகும், அதில் பயணித்த
மக்களும் முக்கியத்துவத்தில் எவ்விதத்திலும் குறைந்தவர்கள்
அல்ல. இவ்வழியில், அலைகள், மணல்கள், சிரிப்பு, கதைகள்
ஆகியவற்றுக்கிடையே வருடங்கள் உருண்டோடின. பிறகு
திடீரென்று ஒருநாள், ஒரு பெரும் பேரழிவு தாக்கியது.

வங்கக் கடல் எப்போதும் சூறாவளிகளால்
தாக்கப்படுகின்ற ஒன்றாகும். நவம்பர் மற்றும் மே மாதங்கள்
குறிப்பாக மிகவும் ஆபத்து நிறைந்த மாதங்களாகும். அந்தக்
கொடூரமான சூறாவளி வீசிய அந்த இரவு இன்றும்
எனக்குத் தத்ரூபமாக நினைவிருக்கிறது. பல நாட்களாகக்
கொஞ்சம் கொஞ்சமாக வேகம் பிடித்து வந்திருந்த காற்று,
பிறகு, பெரும் சத்தத்துடன்கூடிய ஒரு பலத்தச் சூறாவளிக்
காற்றாக உருவெடுத்தது. அது எங்கள் காதுகளில்
ஊளையிட்டது; மரங்களையும் தன் வழியில் குறுக்கிட்ட
எல்லாவற்றையும் அது பிடுங்கித் தூர எறிந்தது. கூடவே
பலத்த மழையும் பிடித்துக் கொண்டது. நாங்கள்
முன்னதாகவே எங்கள் வீடுகளுக்குள் தஞ்சம்
புகுந்திருந்தோம். அந்நாட்களில் மின்சாரம் கிடையாது.
விளக்குகள் குறைவான நேரமே நீடித்தன. காற்று ருத்ர
தாண்டவம் ஆடிக் கொண்டிருக்க, வெளியே வெளுத்து
வாங்கிக் கொண்டிருந்த மழையின் சத்தம் காதைப் பிளக்க,

அந்தக் கடும் இருட்டில், நாங்கள் அனைவரும் வீட்டிற்குள் ஒன்றாகக் கூடி அமர்ந்து கொண்டு, இரவு கடந்து போவதற்காகக் காத்திருந்தோம். எனது எண்ணங்கள் மீண்டும் மீண்டும் அந்தத் திறந்த கடல்களை நோக்கியே சென்றன. அங்கு யாரேனும் மாட்டிக் கொண்டிருந்தார்களா?

அடுத்த நாள் காலை, சூறாவளி ஓய்ந்து முடிந்த பிறகு, எங்களைச் சுற்றிலும் நிகழ்ந்திருந்த கடும் சீரழிவுகளை நாங்கள் பார்த்தோம். மரங்களும் வீடுகளும் தோட்டங்களும் வேரறுக்கப்பட்டு நாசப்படுத்தப்பட்டிருந்தன. சாலைகள் தண்ணீருக்குள் மாயமாய் மறைந்துவிட்டிருந்தன. மணிக்கு 100 மைல் வேகத்தில் வீசிய காற்றினால் கொண்டு வரப்பட்டச் சிதைவுக் கூளங்கள் எல்லா இடங்களிலும் பரவிக் கிடந்தன. ஆனால் எல்லாவற்றையும்விட மிக மோசமான செய்தி ஒன்று எங்கள் வயிற்றில் யாரோ ஓங்கிக் குத்தியதைப்போல எங்களைத் தாக்கியது. எங்கள் படகைக் கடல் கொள்ளை கொண்டிருந்தது. இப்போது அந்த நாளை நான் நினைத்துப் பார்க்கும்போது, புயல் கடந்து போகட்டும் என்று நாங்கள் காத்துக் கொண்டிருந்த முந்தைய இரவே, என் தந்தை இதைப் பற்றி அறிந்திருக்கக்கூடும் என்று நான் நினைக்கிறேன். தன் வாழ்வில் அவர் ஏற்கனவே இது போன்ற பல புயல்களையும் சூறாவளிகளையும் சந்தித்திருந்தார். அதனால் அவரைப் பொறுத்தவரை, அவற்றில் இதுவும் ஒன்று, அவ்வளவுதான். ஆனாலும், அவர் தன் குழந்தைகளாகிய எங்களை அமைதிப்படுத்தி, தன் கவலைகளைக் கொண்டு எங்களுக்குச் சுமையேற்றாமல் நாங்கள் அமைதியாக உறங்குவதை உறுதி செய்திருந்தார். காலையில் அவரது வாடிப் போன முகத்தையும், அந்த முகத்தில் படர்ந்திருந்த கவலை ரேகைகளையும் நான் பார்த்தபோது, என் எண்ணங்களை நான் ஒன்றுதிரட்ட முயற்சித்தேன். நாங்கள் இழந்துவிட்டிருந்த எங்கள் படகு குறித்து ஆழமாக நான் துக்கப்பட்டுக் கொண்டிருந்தேன். நானே என் கைகளால் உருவாக்கிய ஒன்று என்னிடமிருந்து பிடுங்கப்பட்டு, அநியாயமாகத் தூக்கி எறியப்பட்டிருந்ததாக எனக்குள் ஓர் உணர்வு ஏற்பட்டது.

ஆனாலும், என் தந்தையின் மன உறுதிதான் எங்களை இந்த நெருக்கடியிலிருந்து மீட்டுக் கொண்டு வந்தது. சில நாட்களுக்குப் பிறகு எங்கள் வாழ்க்கையில் இன்னொரு படகு வந்தது; எங்கள் வியாபாரமும் மீண்டும் சூடு பிடிக்கத் துவங்கியது. புனித யாத்திரீகர்களும் உல்லாசப் பயணியரும் மீண்டும் எங்கள் ஊருக்கு வந்தனர். கோவிலும் மசூதியும் பக்தர்களால் நிரம்பி வழிந்தன. சந்தைகளில் மக்கள் கூட்டம் ஆர்ப்பரித்தது. வாங்குவதும் விற்பதும் மீண்டும் மும்முரமடைந்தன.

சூறாவளிகளும் புயல்களும் மீண்டும் மீண்டும் எங்களைத் தாக்கின. அவற்றுக்கிடையே தூங்குவதற்கும் நான் கற்றுக் கொண்டேன். பல வருடங்களுக்குப் பிறகு, 1964ம் ஆண்டில், நான் ராமேஸ்வரத்தைவிட்டு வெளியேறி வேறோர் இடத்தில் வாழ்ந்து கொண்டிருந்தபோது, ராமேஸ்வரத்தை ஒரு மிகப் பெரிய சூறாவளி தாக்கியது. இம்முறை, தனுஷ்கோடியின் ஒரு பகுதியை அது அடித்துச் சென்றுவிட்டது. அந்த நேரத்தில் அங்கு சென்று கொண்டிருந்த ஒரு ரயிலும் கடலால் அடித்துச் செல்லப்பட்டது. அதில் பல புனித யாத்திரீகர்கள் இருந்தனர். இந்தச் சூறாவளி அப்பகுதியின் புவியியல் அமைப்பையே மாற்றிவிட்டிருந்தது. தனுஷ்கோடி ஒரு பாலைவனமாக மாறியது. அங்கு மக்கள் நடமாட்டமே இல்லாமல் போனது. அது ஒருபோதும் தனது பழைய நிலைக்குத் திரும்பவே இல்லை. இன்றும்கூட, அங்குள்ள கட்டிடங்களின் எச்சசொச்சங்கள், 1964ல் ஏற்பட்டச் சூறாவளியின் நினைவுச்சின்னங்களாக நிற்கின்றன.

அந்தப் புயலில் என் தந்தை மீண்டும் தனது படகை இழந்தார். எனவே அவர் மீண்டும் தனது வியாபாரத்தை முதலிலிருந்து துவக்க வேண்டியதாயிற்று. நான் அந்த உலகிலிருந்து வெகுதூரம் வந்துவிட்டிருந்ததால் என்னால் அவருக்கு எந்த உதவியும் செய்ய முடியவில்லை. ஆனால், செயற்கைக்கோள் ஏவுகலனுக்கும், பிருத்வி மற்றும் அக்னி ஏவுகணைகளுக்கும் வடிவம் கொடுப்பதற்கு நான் கஷ்டப்பட்டபோதும், அவற்றை விண்ணில் ஏவுவதற்கான எங்களது முயற்சிகளுக்கு இடையூறு ஏற்பட்டபோதும், எங்களது ராக்கெட் ஏவுதளங்கள் அமைந்திருந்த வங்கக் கடற்கரையோரப் பகுதிகளான தும்பா மற்றும்

சண்டிப்பூரில் மழை பெய்தபோதும், சிறு வயதில் நான்
சந்தித்தப் புயலுக்கு அடுத்த நாள் என் தந்தையின் முகத்தில்
தென்பட்டப் பார்வை எப்போதும் என் நினைவுக்கு வந்தது.
இயற்கையின் சக்தியை அங்கீகரிப்பதும், கடலோரம்
வாழ்வது மற்றும் வாழ்க்கை ஜீவனத்திற்குக் கடலைச்
சார்ந்து இருப்பது என்றால் என்ன என்பதை
அறிந்திருப்பதும்தான் அது. கண்ணிமைக்கும் நேரத்தில்
நமது லட்சியங்களையும் திட்டங்களையும் தவிடுபொடி
ஆக்கக்கூடிய, நமக்கு அப்பாற்பட்ட ஒரு சக்தி உள்ளது
என்பதையும், உங்கள் பிரச்சனைகளை எதிர்கொண்டு
உங்கள் வாழ்க்கையை மீண்டும் உருவாக்குவதுதான்
தொடர்ந்து வாழ்க்கையை ஓட்டுவதற்கான வழி
என்பதையும் அறிந்திருப்பதுதான் அது.

எட்டு வயதில்
வேலைக்குப் போன
சிறுவன்

தினமும் காலையில் ஆங்கிலம் மற்றும் தமிழ்ச் செய்தித்தாள்களின் ஒரு குவியல் என் மேசைக்கு வந்துவிடும். எனது வெளிநாட்டுப் பயணங்களின்போதும் இந்தியாவிலிருந்து வரும் செய்திகளைத் தெரிந்து கொள்ள நான் விரும்புகிறேன். இணையத்தளத்தில் வெவ்வேறு பத்திரிகைகள் மற்றும் செய்தித்தாள்களில் இடம்பெற்றுள்ள செய்திக் கட்டுரைகளையும் தலையங்கங்களையும் படிப்பதன் மூலம் நான் என் விருப்பத்தை நிறைவேற்றிக் கொள்கிறேன். ஒரு விரலைக் கொண்டு தட்டுவதன் மூலம் நமக்குக் கிடைக்கின்றன தகவல்களின் அளவு என்னை வியக்க வைக்கிறது. பொறியியல் மற்றும் அறிவியலோடு நெருங்கிய ஈடுபாடு கொண்டவன் என்ற முறையில் தொழில்நுட்ப வளர்ச்சி எனக்கு ஆச்சரியத்தை ஏற்படுத்தக்கூடாது என்றாலும், இன்றைய நமது வாழ்க்கையை எழுபது வருடங்களுக்கு முன்பு ராமேஸ்வரத்தில் இருந்த வாழ்க்கையோடு நான் ஒப்பிட்டுப் பார்க்கும்போது, அந்த வித்தியாசம் என்னைத் திடுக்கிட வைப்பதாகவே இருக்கிறது.

எனக்கு எட்டு வயதாக இருந்தபோது இரண்டாம் உலகப் போர் துவங்கியது. இங்கிலாந்து ஜெர்மனியின்மீது போர்ப் பிரகடனம் செய்தது. இந்தியக் காங்கிரஸின் எதிர்ப்பையும் மீறி, ஆங்கிலேயக் காலனியாதிக்க நாடு என்ற முறையில் இந்தியாவும் அந்தப் போரில் ஈடுபடுத்தப்பட்டது. இந்தியாவின் இந்தப் போர் முயற்சியால், அதிக அளவிலான இந்திய ராணுவ வீரர்கள் உலகின் பல்வேறு போர்ப் பகுதிகளுக்கு அனுப்பப்பட்டனர். ஆனாலும், சாதாரண மக்களின் அன்றாட வாழ்க்கையில், குறிப்பாக, இந்தியாவின் தெற்கு முனையில் இருந்த எங்களுக்கு, துவக்கத்தில் குறிப்பிடத்தக்க எந்த பாதிப்பும் ஏற்படவில்லை.

நான் முன்பே குறிப்பிட்டதுபோல, 1940களில் ராமேஸ்வரம் ஒரு தூங்குமூஞ்சி நகரமாகவே இருந்து வந்தது.

புனித யாத்திரீகர்களின் வருகையே அதை உயிர்த்தெழச் செய்தது. அந்த ஊரில் குடியிருந்தவர்கள் பெரும்பாலும் வணிகர்களாகவோ அல்லது சிறு வியாபாரிகளாகவோ இருந்தனர். ராமேஸ்வரத்தில் ஒரு மசூதியும் ஒரு தேவாலயமும் இருந்தாலும்கூட, அதில் இருந்த சிவன் கோவில் பெரும் முக்கியத்துவத்தைப் பெற்றிருந்தது. பொதுவாக மக்கள் அமைதியாகத் தங்கள் வேலையைக் கவனித்து வந்தனர். எல்லா ஊர்களிலும் அவ்வப்போது ஏற்படுகின்ற இயல்பான வாய்ச்சண்டைகளைத் தவிர, அவ்வளவு முக்கியமான விஷயம் எதுவும் அங்கு அடிக்கடி நிகழவில்லை.

வெளியுலகைப் பற்றிய செய்திக்கான எங்களது ஒரே மூலாதாரம் செய்தித்தாள்தான். செய்தித்தாள்களை வினியோகம் செய்த ஏஜென்சியை எனது மற்றொரு நெருங்கிய உறவினரான சம்சுதீன் நடத்தி வந்தார். ஜலாலுதீனைப்போல அவரும் என் ஆரம்பகால வாழ்வில் ஒரு பெரும் தாக்கத்தை ஏற்படுத்தினார். சம்சுதீன் எழுதப் படிக்கத் தெரிந்தவர் என்றாலும்கூட, அவர் அதிகக் கல்வி கற்றதில்லை. அதோடு, அவர் அவ்வளவாகப் பயணம் செய்ததும் கிடையாது. ஆனால் அவர் என்னிடம் மிகவும் பிரியமாக இருந்தார், என்னைப் பல வழிகளில் ஊக்குவித்தார். அவர் எனக்கு ஒரு கலங்கரை விளக்கமாக ஆனார். நான் எடுத்துக்கூறுவதற்கு முன்பாகவே, சம்சுதீனும் ஜலாலுதீனும் எனது ஆழமான எண்ணங்களையும் உணர்வுகளையும் புரிந்து கொண்டனர். என்னைப் பொறுத்தவரை, இவர்கள் இருவரும், தங்கள் அன்றாட வாழ்வின் குறுகிய எல்லைகளையும் விவகாரங்களையும் கடந்து, பெரிய உலகைக் காணக்கூடிய திறன் வாய்ந்த நபர்களாக இருந்தனர்.

சம்சுதீனின் செய்தித்தாள் வினியோக ஏஜென்சி மட்டுமே ராமேஸ்வரத்தில் இருந்த ஒரே ஏஜென்சியாகும். எங்கள் ஊரில் எழுதப் படிக்கத் தெரிந்தவர்கள் சுமார் ஆயிரம் பேர் இருந்தனர். சம்சுதீன் அவர்கள் அனைவருக்கும் செய்தித்தாள்களை வினியோகம் செய்தார். அந்த நேரத்தில் தீவிரமடைந்து கொண்டிருந்த இந்திய சுதந்திர இயக்கத்தைப் பற்றிய செய்திகளை அச்செய்தித்தாள்கள் சுமந்து வந்தன. இச்செய்திகளை

எல்லோரும் படித்து உற்சாகத்துடன் விவாதித்தனர். போர்முனைகளிலிருந்து ஹிட்லரைப் பற்றியும் நாஜிப் படைகளைப் பற்றியும் வந்த செய்திகள்கூட அவற்றில் இடம்பெற்றிருந்தன. ஜோதிடம், தங்க விலை போன்ற அலுப்பூட்டும் பல விஷயங்களும் அவற்றில் இடம்பெற்றிருந்தன. இவற்றையும் மக்கள் மிக ஆர்வதோடு விவாதித்தனர். இந்த அனைத்துச் செய்தித்தாள்களிலும் தமிழ்ச் செய்தித்தாளான தினமணிதான் மிகப் பிரபலமாக இருந்தது.

இச்செய்தித்தாள்கள் ராமேஸ்வரத்தைத் தனித்துவமான முறையில் வந்தடைந்தன. அவை காலை ரயிலின் மூலம் கொண்டு வரப்பட்டு ராமேஸ்வரம் ரயில் நிலையத்தில் இறக்கி வைக்கப்பட்டன. பிறகு அங்கிருந்து சேகரிப்பட்டு, சந்தாதாரர்கள் அனைவருக்கும் வினியோகிக்கப்பட்டன. இதுதான் சம்சுதீனின் வியாபாரம். இதை அவர் அனாயாசமாகச் செய்து வந்தார். ஆனால் இரண்டாம் உலகப் போர் தீவிரமடைந்தபோது, நாங்கள் வெளியுலகிலிருந்து தனித்து விடப்பட்டு இருக்கவில்லை. போர் என் வாழ்க்கையையும் செய்தித்தாள் வினியோக வியாபாரத்தையும் ஒரு புதிய, வினோதமான வழியில் பாதித்தது.

பொருட்கள்மீது ஆங்கிலேய அரசு எண்ணற்றக் கட்டுப்பாடுகளை விதித்தது. ஒருவிதமான நெருக்கடி நிலை நாட்டில் நிலவியது. எங்களுடைய பெரிய குடும்பம் கடும் சிரமங்களுக்கு ஆளானது. உணவு மற்றும் உடைகளை வாங்குவதும், வீட்டிலிருந்த கைக்குழந்தைகளின் தேவைகளை நிறைவேற்றுவதும் அதிகச் சிரமமானதாக ஆனது. எங்கள் குடும்ப உறுப்பினர்களோடு கூடவே என் தந்தையின் சகோதரர்களின் குடும்பத்தாரும் எங்களுடன் வசித்து வந்தனர். என் பாட்டியும் தாயாரும் எல்லோருக்கும் உணவளிக்கவும், உடைகள் வழங்கவும், எல்லோரையும் ஆரோக்கியமாக வைத்திருக்கவும் தங்களால் முடிந்த எல்லாவற்றையும் செய்தனர்.

போரின் சிரமங்கள் எங்களை பாதிக்கத் துவங்கியதால், சம்சுதீன் ஒரு திட்டத்தை முன்மொழிந்தார். அது எனக்கு அதிக உற்சாகத்தையும் மகிழ்ச்சியையும் ஏற்படுத்தியது. போரின் ஒரு விளைவாக, ராமேஸ்வரம் ரயில் நிலையத்தில்

ரயில் நிற்காது என்று அறிவிக்கப்பட்டது. அப்படியென்றால் எங்கள் செய்தித்தாள்களின் நிலை என்னவாகும்? தங்கள் தினசரிச் செய்திகளை ஆவலோடு எதிர்பார்த்திருக்கின்ற ஊர் மக்களுக்கு அவற்றை எவ்வாறு சேகரித்துப் பட்டுவாடா செய்வது? சம்சுதீன் இதற்கு நூதனமான ஒரு வழியைக் கண்டுபிடித்தார். செய்தித்தாள்கள் பெரிய கட்டுக்களில் தயாராக அடுக்கி வைக்கப்பட்டிருக்கும். ரயில் ராமேஸ்வரம் ரயில் நிலையத்தை மெதுவாகக் கடக்கும்போது, அந்தக் கட்டுக்கள் பிளாட்பாரத்தில் தூக்கி எறியப்படும். அங்குதான் என் பங்கு துவங்கியது. ஓடும் ரயிலில் இருந்து தூக்கி எறியப்பட்டச் செய்தித்தாள் கட்டுக்களைப் பிளாட்பாரத்தில் இருந்தபடியே பிடித்து, ஊர் மக்களுக்கு வினியோகிப்பதற்காக அவற்றைக் கொண்டு செல்வது என்ற மகிழ்ச்சியான வேலையை சம்சுதீன் எனக்குக் கொடுத்தார்.

என் உற்சாகம் எல்லை கடந்தது. எனக்கு அப்போது வெறும் எட்டு வயதாக இருந்தபோதிலும், வீட்டு வருமானத்திற்கு நான் ஓர் அர்த்தமுள்ள வழியில் பங்காற்றவிருந்தேன்! உணவை அனைவருக்கும் பகிர்ந்தளித்ததில், என் தாயார் மற்றும் பாட்டியின் தட்டுக்களில் இருந்த உணவின் அளவு நாளுக்கு நாள் குறைந்து கொண்டே போனதை நான் பல நாட்களாகக் கவனித்திருந்தேன். குழந்தைகளுக்கு எப்போதுமே முதலில் உணவு பரிமாறப்பட்டது. நாங்கள் யாரும் ஒருநாள்கூடப் பசியோடு இருந்ததாக எனக்கு நினைவில்லை. எங்களுக்காக இவ்விரு பெண்மணிகளும் தங்களது ஊட்டச்சத்தைத் தியாகம் செய்து கொண்டிருந்தனர். எனவே சம்சுதீன் எனக்குக் கொடுத்த வேலையை நான் ஆர்வத்தோடு ஏற்றுக் கொண்டேன்.

ஆனாலும், எனது புதிய வேலையை நான் எனது தினசரி நடைமுறைக்குள் பொருத்திக் கொள்ள மிகவும் சிரமப்பட வேண்டியிருந்தது. வழக்கம்போலப் பள்ளிக்குச் செல்வது, படிப்பது போன்ற நடவடிக்கைகளுக்கு இடையே நான் எனது பட்டுவாடாத் தொழிலையும் சமாளிக்க வேண்டியிருந்தது. எனது சகோதர சகோதரிகள் மற்றும் எனது தந்தையின் சகோதரர்களின் குழந்தைகளோடு ஒப்பிடுகையில், கணிதத்தின்மீது நான் துவக்கத்திலேயே

அதிக ஆர்வம் காட்டியிருந்தேன். எங்கள் பள்ளியின் கணித ஆசிரியரிடம் நான் பள்ளிக்கு வெளியே தனிப்பயிற்சி எடுத்துக் கொள்வதற்கு என் தந்தை ஏற்பாடு செய்திருந்தார். ஆனால், நானும், அந்த ஆசிரியரிடம் தனிப்பயிற்சி பெறவிருந்த இன்னும் நான்கு மாணவர்களும், அதிகாலையிலேயே குளித்து முடித்துவிட்டுத் தன் வீட்டை வந்தடைய வேண்டும் என்று அந்த ஆசிரியர்ர் எங்களுக்கு ஒரு நிபந்தனை விதித்திருந்தார். எனவே, ஒரு வருடத்திற்கு, நான் தனிப்பயிற்சி எடுத்துக் கொண்ட அந்த நேரம் முழுவதும், சூரியன் எழுவதற்கு முன்பே நான் எழுந்து கொண்டேன். என் தாயார் தினமும் என்னை உலுக்கி எழுப்ப வேண்டியிருக்கும். அவர் நான் எழுந்திருப்பதற்கு முன்பே எழுந்திருந்து என் குளியலுக்குத் தேவையான தண்ணீரைத் தயாராக வைத்திருப்பார். பிறகு நான் எழுந்தவுடன், நான் குளிப்பதற்கு எனக்கு உதவி செய்துவிட்டு, என் ஆசிரியரின் வீட்டிற்குச் செல்வதற்கு என்னை வழியனுப்பி வைப்பார். அங்கு நான் ஒரு மணிநேரம் படித்துவிட்டுக் காலை ஐந்து மணிக்கு எங்கள் வீட்டிற்குத் திரும்பி வரும்போது, எங்கள் வீட்டின் அருகே இருந்த அரபிக் பள்ளியில் புனிதக் குரானைக் கற்பதற்காக என் தந்தை என்னை அங்கு அழைத்துச் செல்லத் தயாராக இருப்பார்.

குரான் பாடம் முடிந்ததும் நான் ரயில் நிலையத்தை நோக்கி ஓடுவேன். ரயிலின் வரவை எதிர்பார்த்து இருப்புக் கொள்ளாமல் தவித்தபடி, என் கண்களையும் காதுகளையும் கூர்தீட்டிக் கொண்டு காத்திருப்பேன். இன்றைய நாளில் உள்ள பெரும்பாலான ரயில்களைப் போலன்றி, சென்னை—தனுஷ்கோடி மெயில் அந்தக் காலத்தில் எப்போதாவதுதான் தாமதமாக வந்தது என்பது ஆச்சரியகரமான விஷயம்! விரைவில், எஞ்சினின் புகை வெகு தூரத்திலேயே கண்களில் பட்டுவிடும். ஹாரன் சத்தம் காதைக் கிழிக்கும். ஒரு பெரும் உறுமலுடன் அந்த ரயில் எங்கள் ரயில் நிலையத்தைக் கடந்து செல்லும். ரயிலில் இருந்து வெளியே எறியப்படுகின்ற செய்தித்தாள் கட்டுக்களைப் பிடிப்பதற்குப் பிளாட்பாரத்தில் ஒரு சிறந்த இடத்தை நான் கண்டுபிடித்து வைத்திருந்தேன். கடிகாரத்தின் துல்லியமான சுழற்சியைப்போல, அந்தச்

செய்தித்தாள் கட்டுக்கள் பிளாட்பாரத்தின்மீது எறியப்படும். பிறகு அந்த ரயில் சத்தமிட்டுக் கொண்டு அங்கிருந்து ஓட்டமெடுக்கும். ரயிலில் இருக்கும் சம்சுதீனின் நபர் என்னைப் பார்த்துக் கையசைப்பார். ரயில் அந்நிலையத்திலிருந்து வெளியேறி, அதன் விசில் சத்தம் மெல்ல மெல்லக் குறையும்போது என் வேலை துவங்கிவிடும்.

நான் அந்தக் கட்டுக்களை எடுத்துக் கொண்டு, எந்தெந்தப் பகுதிகளில் உள்ள மக்களுக்கு அவை பட்டுவாடா செய்யப்பட வேண்டியிருந்ததோ, அப்பகுதிகளுக்கு ஏற்ப அவற்றைப் பிரித்துக் கட்டி, பிறகு நான் அவற்றை அங்கிருந்து எடுத்துச் சென்றேன். எல்லோருக்கும் செய்தித்தாள்களை வினியோகிப்பதில் ஒரு மணிநேரம் நான் ராமேஸ்வரத் தெருக்களைச் சுற்றி வந்தேன். விரைவில், மக்களை அவர்கள் படித்தச் செய்தித்தாள்களைக் கொண்டு நான் அடையாளம் காணத் துவங்கினேன். பலர் எனக்காகக் காத்துக் கொண்டிருப்பர். அவர்கள் எப்போதும் என்னிடம் தோழமையாக ஓரிரு வார்த்தைகள் பேசுவர். பள்ளிக்குத் தாமதமாகிவிடக்கூடாது என்பதால் நான் வேகமாக வீட்டிற்குச் செல்ல வேண்டும் என்று சிலர் என்னிடம் கூறுவர். ஒரு குதூகலமான எட்டு வயதுச் சிறுவன் தங்களுக்குச் செய்தித்தாள்களைக் கொண்டு வந்து கொடுத்ததைப் பெரும்பாலானவர்கள் விரும்பினர் என்று நான் நினைக்கிறேன்.

எங்கள் ஊர் கிழக்குக் கடற்கரையோரம் அமைந்திருந்ததால், காலை எட்டு மணிக்கு என் வேலை முடிவடையும்போதே சூரியன் வானில் மிக உயரத்திற்குச் சென்றிருக்கும். இப்போது நான் என் வீட்டிற்குத் திரும்பிச் செல்வேன். என் காலை உணவைத் தயாராக வைத்தபடி அங்கு என் தாயார் காத்திருப்பார். அது ஓர் எளிய உணவாகத்தான் இருக்கும், ஆனால் நான் பெரும்பாலும் அகோரப் பசியோடு இருப்பேன். என்னைப் பள்ளிக்கு அனுப்புவதற்கு முன்பு, நான் என் தட்டில் இருந்த ஒவ்வொரு பருக்கையையும் சாப்பிட்டு முடித்திருப்பதை என் தாயார் உறுதி செய்து கொள்வார். ஆனால் செய்தித்தாள் தொடர்பான என் வேலை அதோடு முடிந்துவிடாது.

மாலையில், பள்ளி முடிந்த பிறகு, சம்சுதீனின் வாடிக்கையாளர்களிடம் பணம் வசூலிப்பதற்காக நான் அவர்களது வீடுகளுக்கு ஒரு சுற்றுச் சென்று வருவேன். பிறகு சம்சுதீனைச் சந்தித்து அவரிடம் பணத்தைக் கொடுத்தவுடன் அவர் அன்றைய தினத்திற்கான கணக்குவழக்குகளைச் சரி பார்ப்பார்.

பிறகு, கடற்காற்று மென்மையாக வீசிக் கொண்டிருக்க, கடலின் அருகே ஏதோ ஓரிடத்தில் அமர்ந்தபடி, ஜலாலுதீனோ அல்லது சம்சுதீனோ ஒருவழியாக அன்றைய தினத்தின் செய்தித்தாளைத் திறப்பர். எல்லோரும் தினமணிச் செய்தித்தாளின் கருப்பு அச்செழுத்துக்களை ஆர்வத்தோடு பார்ப்போம். ஒருவர் அச்செய்தித்தாளிலுள்ள செய்திகளைப் படிப்பார். அப்போது, வெளியில் உள்ள பெரிய உலகம் எங்கள் விழிப்புணர்விற்குள் மெல்ல மெல்ல நுழையும். காந்தி, காங்கிரஸ், ஹிட்லர், தந்தை பெரியார் ஆகியோரும் அவர்களது வார்த்தைகளும் உரைகளும் மாலைக் காற்றில் மிதந்து கொண்டிருக்கும். நான் அந்தப் புகைப்படங்களையும் அந்த வார்த்தைகளையும் என் விரல்களால் தொட்டு அவற்றைத் தடவிப் பார்ப்பேன். அந்தப் பெரிய உலகில் அவர்கள் அனைவரோடும் இருந்தால் எப்படி இருக்கும் என்று நான் வியந்து கொள்வேன். சென்னை, மும்பை, கல்கத்தா போன்ற பெரிய நகரங்களுக்கு என்றேனும் ஒருநாள் நானும் செல்வேன் என்று எனக்கு நானே நினைத்துக் கொள்வேன். காந்தி, நேரு போன்ற மனிதர்களை நான் சந்தித்தால், நான் அவர்களிடம் என்ன கூறுவேன்? ஆனால் எனது நண்பர்களின் அழைப்புகளும், பிறகு இரவு உணவு உட்கொள்வதற்கான அழைப்பும் இப்படிப்பட்ட எனது எண்ணங்களுக்கு முட்டுக்கட்டைகளை ஏற்படுத்தும். நான் செய்ய வேண்டிய வீட்டுப்பாடமும் இருக்கும். ஓர் எட்டு வயதுச் சிறுவனுக்கு எவ்வளவு தெம்பு இருந்துவிட முடியும்? இரவு ஒன்பது மணிக்குள் நான் தூங்கிவிடுவேன். ஏனெனில், அடுத்த நாள், நான் படிப்பதற்கு அதிகப் பாடங்களும், ஓர் உழைப்பாளியின் வாழ்க்கையும் எனக்காகக் காத்திருக்கும்.

இந்த வழக்கம் சுமார் ஒரு வருட காலம் நீடித்தது. செய்தித்தாள்களைச் சுமந்து திரிந்த அந்த ஒரு வருடத்தில்

நான் அதிக உயரமானவனாக வளர்ந்திருந்தேன். என் தோலும் அதிகமாகக் கருத்திருந்தது. என் கையில் ஒரு கட்டுச் செய்தித்தாளுடன் எவ்வளவு தூரத்தை என்னால் ஓடிக் கடக்க முடிந்தது என்பதை அப்போது என்னால் துல்லியமாகக் கணிக்க முடிந்தது. அதனால் பல்வேறு பகுதிகளுக்குத் தினமும் ஒரே நேரத்தில் செல்வதற்கு என்னை என்னால் ஒழுங்கமைத்துக் கொள்ள முடிந்தது. சம்சுதீனின் வாடிக்கையாளர்கள் ஒவ்வொருவரும் சம்சுதீனுக்கு எவ்வளவு பணம் கொடுக்க வேண்டியிருந்தது என்பதை என்னால் என் மனத்தில் கணக்கிட முடிந்தது. அன்று யாரெல்லாம் பாக்கி வைத்திருந்தார்களோ, அவர்களது பெயர்களையும் என்னால் ஞாபகம் வைத்துக் கூற முடிந்தது. ஓர் உழைப்பாளியாக இருப்பது என்றால், உங்களுக்கு என்ன நேர்ந்தாலும் சரி, அன்றைய நாளை எதிர்கொள்வதற்கு நீங்கள் முற்றிலும் தயாராக இருக்க வேண்டும் என்பதை நான் கற்றுக் கொண்டேன். வீட்டுப்பாடம், தனிப்பயிற்சி, தொழுகைகள் ஆகிய அனைத்தும் தொடர்ந்தன. ஆனால் சென்னை—தனுஷ்கோடி மெயில் எனக்காகக் காத்திருக்காது. ரயிலில் இருந்து எறியப்பட்டச் செய்தித்தாள் கட்டுக்களைப் பிளாட்பாரத்தில் இருந்து பிடிப்பதற்கு ஒவ்வொரு நாளும் குறித்த நேரத்தில் குறித்த இடத்தில் நான் இருந்தாக வேண்டியிருந்தது. ஒரு பொறுப்பை ஏற்றுக் கொண்டு, சம்சுதீனுக்கு நான் கொடுத்த வாக்கை எப்பாடுபட்டாவது காப்பாற்றியே தீருவது என்பதை உறுதி செய்தது எனக்கு ஒரு புதிய அனுபவமாக இருந்தது. நான் மிகவும் ரசித்த ஒரு நேரம் அது. ஒவ்வோர் இரவும் அது எனக்குத் தீவிரமான களைப்பை ஏற்படுத்தியபோதிலும்கூட, அதன் ஒவ்வொரு கணத்தையும் நான் பெரிதும் விரும்பினேன். இந்தக் கூடுதல் வேலையை எடுத்துக் கொண்டது குறித்தும், அது எனக்கு ஏற்படுத்திய சிரமத்தைக் குறித்தும் என் தாயார் அடிக்கடி அலுத்துக் கொள்வார். ஆனால் நான் என் தலையை ஆட்டிவிட்டு அவரைப் பார்த்துப் புன்னப்பேன். எனது சம்பாத்தியம் ஏதோ ஒரு விதத்தில் எங்கள் அனைவருக்கும் உதவியது என்பதையும், எட்டு வயதிலேயே ஓர் உழைப்பாளியின் பாத்திரத்தை நான் ஏற்றுக் கொண்டிருந்தது குறித்து என் தாயார் ரகசியமாகப்

பெருமிதம் கொண்டிருந்தார் என்பதையும் நான்
அறிந்திருந்தது, முகத்தில் ஒரு புன்னகையுடன் நான்
தொடர்ந்து வேலை செய்வதற்கு என்னை
உத்வேகப்படுத்தியது.

ஒரு பிரச்சனையைத் தீர்த்த மூன்று பெரிய மனங்கள்

கந்தமதன பர்வதம் என்ற ஒரு குன்றின் உச்சிதான் ராமேஸ்வரத்தின் மிக உயரமான இடம். அங்கிருந்து பார்த்தால், உங்களைச் சுற்றிப் பரந்து விரிந்து கிடக்கும் ஒட்டுமொத்த ராமேஸ்வரத்தையும் உங்களால் பார்க்க முடியும். பசுமையான தென்னை மரங்கள் எல்லா இடங்களிலும் அசைந்தாடுவதையும், தூரத்தில் உள்ள கடலையும், நெடிதுயர்ந்த ராமநாதசுவாமி கோவிலின் கோபுரத்தையும் நீங்கள் காணலாம். அன்று அது ஓர் அமைதியான நகரமாக இருந்தது. மீன் பிடித்தல் அல்லது தென்னை வளர்ப்பின் மூலம் மக்கள் வாழ்க்கை நடத்தி வந்தனர். கோவிலின் காரணமாக உருவான சுற்றுலா வளர்ச்சியும் எங்கள் ஊர் மக்களின் ஜீவனத்திற்கு உதவியது. எண்ணற்ற இந்தியர்களுக்கு ராமேஸ்வரம் மிகப் புனிதமான தலங்களில் ஒன்றாக விளங்குவதால், அது எப்போதும் புனித யாத்திரீகர்களாலும் சுற்றுலாப் பயணிகளாலும் நிரம்பி வழிந்தது.

எங்கள் ஊரின் சிறிய மக்கட்தொகையில் இந்துக்கள் பெருமளவில் இருந்தனர். எங்களைப் போன்ற இஸ்லாமியர்களும் கிறித்தவர்களும் குறைவான எண்ணிக்கையில் அங்கு வசித்து வந்தனர். ஒவ்வொரு சமூகமும் மற்ற சமூகத்தினருடன் ஆரோக்கியமான ஒற்றுமையுடன் வாழ்ந்து கொண்டிருந்தது. வெளியுலகின் பிரிவினைகளும் மாற்றங்களும் எங்கள் ஊருக்குள் அரிதாகவே நுழைந்தன. மற்ற இடங்களில் ஏற்பட்ட சமூக வன்முறைகள் மற்றும் வகுப்புப் பிரிவினைவாதம் பற்றிய செய்திகளைத் தினசரிச் செய்தித்தாள்கள் சுமந்து வந்தன. ஆனால் இங்கு, வாழ்க்கை அதன் பழங்கால அமைதி நிலையிலேயே தொடர்ந்து நடைபெற்று வந்தது.

இந்த அமைதியான மத இணக்கம் பல தலைமுறைகளாக இங்கு நிலவி வந்திருந்தது. ராமநாதசுவாமி கோவிலின் சிலையை ஒருமுறை காப்பாற்றிக் கொடுத்த எங்களுடைய முப்பாட்டனின்

கதையை அவ்வப்போது கூறுவதை எங்கள் தந்தை பெரிதும் விரும்பி வந்தார். அக்கதை இவ்வாறு அமைந்திருந்தது. ஒரு குறிப்பிட்டத் திருவிழா நாளன்று, ராமநாதசுவாமி விக்கிரகம் கருவறையைவிட்டு வெளியே எடுக்கப்பட்டு, ஊரைச் சுற்றி ஊர்வலமாக எடுத்து வரப்படும். கோவிலைச் சுற்றிலும் பல குளங்கள் இருந்தன. கோவில் சிலை இந்தக் குளங்களைச் சுற்றியும் ஊர்வலமாகக் கொண்டு செல்லப்படும். அப்படிப்பட்ட ஓர் ஊர்வலத்தின்போது, சுவாமி விக்கிரம் திடீரென்று குளத்திற்குள் விழுந்துவிட்டது. சிலை குளத்திற்குள் விழுவதற்கு முன்பு கண்ணிமைக்கும் நேரத்தில் அடுத்தடுத்துப் பல விஷயங்கள் நடந்துவிட்டிருந்ததால், துல்லியமாக என்ன நிகழ்ந்தது என்று யாருக்கும் இப்போது தெளிவாக நினைவிருக்கவில்லை. ஒரு பெரும் குழப்பம் உருவானது. கடவுள்களின் சீற்றத்திற்கு விரைவில் தாங்கள் ஆளாகப் போவதாகக் கற்பனை செய்தபடி மக்கள் பீதியோடு அசைவின்றி நின்றனர். ஆனால் அக்கூட்டத்தில் ஒரே ஒருவர் மட்டும் நிதானமாக இருந்து சமயோசிதமாகச் செயல்பட்டார். எனது முப்பாட்டன்தான் அவர். அவர் அக்குளத்திற்குள் குதித்து, கண்ணிமைக்கும் நேரத்திற்குள் அச்சிலையை மீட்டுக் கொண்டு வந்தார். அது குறித்து அக்கோவில் அர்ச்சகர்களும் கோவிலின் மற்ற அதிகாரிகளும் பெரிதும் நன்றியுடையவர்களாக இருந்தனர். அவர் ஓர் இஸ்லாமியர் என்பது உண்மைதான். கோவிலின் மிகப் புனிதமான விக்கிரகம், அதைக் கையாள்வதற்கு அனுமதிக்கப்படாத ஒருவரால் தொட்டுக் கையாளப்பட்டது குறித்து சாதி மற்றும் மதத் தூய்மைவாதிகள் பெரும் அதிர்ச்சியடைவார்கள் என்றாலும், இத்தகைய எந்த உணர்வுகளும் அங்கு வெளிப்படுத்தப்படவில்லை. மாறாக, எனது முப்பாட்டனை அவர்கள் ஒரு கதாநாயகனைப்போல நடத்தினர். இனிமேல் அந்தத் திருவிழாவின்போது, கோவிலின் முதல் மரியாதை அவருக்குத்தான் கொடுக்கப்படும் என்று கோவில் அதிகாரிகள் பிரகடனம் செய்தனர். முற்றிலும் வேறொரு மதத்தைச் சேர்ந்த ஒரு நபருக்கு மட்டுமன்றி, எவரொருவருக்கும் அரிதாகவே வழங்கப்படுகின்ற ஒரு

மாபெரும் கௌரவம் இது. அதன்படி, ஒவ்வொரு முறையும் இப்படிப்பட்டத் திருவிழா நாளன்று, அக்கோவில் என் முப்பாட்டனுக்குத் தொடர்ந்து முதல் மரியாதை கொடுத்து வந்தது. இந்த சம்பிரதாயம் பல ஆண்டுகளாகத் தொடர்ந்து நீடித்து வந்தது. பின்னாளில் என் தந்தைக்கும் அந்த மரியாதை கொடுக்கப்பட்டது.

இந்த மத நல்லிணக்கம் பல ஆண்டுகளுக்குப் பின்னும் தொடர்ந்து நிலவியது. புனித யாத்திரீகர்களைத் தனுஷ்கோடிக்கு அழைத்துச் சென்ற ஒரு படகு வியாபாரத்தை என் தந்தை நடத்தி வந்தார் என்று முந்தைய அத்தியாயம் ஒன்றில் நான் ஏற்கனவே குறிப்பிட்டிருந்தேன் அல்லவா? அப்படகுச் சேவையைக் கோவிலும் பயன்படுத்திக் கொண்டது.

ராமேஸ்வர மசூதியில் என் தந்தைதான் இமாமாக இருந்தார். புனிதக் குரானில் முழுமையான விசுவாசம் கொண்டிருந்த, ஓர் ஆழமான ஆன்மீகவாதியாக அவர் விளங்கினார். ஒரு நல்ல இஸ்லாமியரின் பழக்கங்கள் அனைத்தையும் அவர் தன் குழந்தைகளிடத்தில் மட்டுமன்றி, தன் ஒட்டுமொத்தக் குடும்பத்தினரிடத்திலும் விதைத்திருந்தார். ஊரில் இருந்த மக்களைப் பொறுத்தவரை, அவர் ஒரு தத்துவவியலாளராகவும் ஒரு வழிகாட்டியாகவும் தோன்றினார். ஆன்மீகரீதியான பிரச்சனையாக இருந்தாலும் சரி, அல்லது வேறு எந்தவொரு பிரச்சனையாக இருந்தாலும் சரி, அவற்றைத் தீர்ப்பதற்கு அவர்கள் அவரை நாடி வந்தனர்.

ராமநாதசுவாமி கோவில் அர்ச்சகரான பக்ஷி லட்சுமண சாஸ்திரி அவர்களும் அவருடைய நெருங்கிய நண்பர்களில் ஒருவர். சாஸ்திரிகள் ஓர் அர்ச்சகர் மட்டுமல்ல, வேத ஞானத்தில் அவர் ஒரு விற்பன்னர். அவர் ஒரு சிறந்த கல்விமானும்கூட. அவரது முகம் எனக்கு இன்னும் தெளிவாக நினைவிருக்கிறது. அவர் எப்போதும் ஒரு கோவில் அர்ச்சகருக்கான சம்பிரதாய உடையான வேட்டி மற்றும் அங்கவஸ்திரத்தையே அணிந்தார். அவரது தலையில், பிராமணர்கள் கட்டாயமாக வைத்துக் கொள்ள வேண்டிய குடுமி இருந்தது. எனக்குத் தெரிந்த மிக அன்பான, மிகக் கனிவான மனிதர்களில் அவரும் ஒருவர்.

எங்களது சிறிய சமூகத்தின் ஆன்மீக வாழ்வில் இருந்த மூன்றாவது முக்கியமான நபர் பாதிரியார் போதல் ஆவார். ஊரில் இருந்த ஒரே ஒரு தேவாலயத்தின் பாதிரியார் அவர். என் தந்தையையும் சாஸ்திரிகளையும்போலவே, தேவாலயத்திற்கு வந்தவர்களின் நலனைப் பாதுகாப்பதில் அவரும் ஈடுபட்டிருந்தார். அவர்கள் இருவரைப்போலவே அவரும் ராமேஸ்வரத்தின் இணக்கம் மற்றும் அமைதியின் தேவை குறித்து அக்கறை கொண்டிருந்தார்.

இந்த மூன்று அறிவார்ந்த மனிதர்களின் நினைவு இன்றளவும் என் மனத்தில் நீக்கமற நிறைந்துள்ளது. ஒருவரைக் குல்லா மற்றும் இமாமின் மேலாடையுடனும், இன்னொருவரை வேட்டி மற்றும் அங்கவஸ்திரத்துடனும், மூன்றாமவரை அவரது அங்கி மற்றும் கழுத்தில் தொங்கும் சிலுவையுடனும் என்னால் இப்போதுகூடப் பார்க்க முடிகிறது. அவர்கள் ஒவ்வொரு வெள்ளிக்கிழமை மாலையிலும் சுமார் நாலரை மணியளவில் சந்தித்து, மத விவகாரங்களைப் பற்றியும் ஊரில் நடைபெற்ற விஷயங்களைப் பற்றியும் கலந்துரையாடினர். சில சமயங்களில் அந்த நேரத்தில் மக்கள் சில குறிப்பிட்டப் பிரச்சனைகளுக்குத் தீர்வு வேண்டியும் அவர்களை நாடி வந்தனர். சில சமயங்களில், மக்களுக்கிடையேயான அமைதிக்கு அச்சுறுத்தலாக அமையக்கூடிய சாத்தியமிருந்த விஷயங்களைப் பற்றியும் அவர்கள் மூவரும் கலந்தாலோசித்தனர். அதோடு, தவறான கருத்துப் பரிமாற்றங்களோ, தீவிரமான வதந்திகளோ ஆபத்தான அளவுக்கு விசுவரூபம் எடுப்பதற்கு முன்பாகவே அவற்றைத் தெளிவுபடுத்துவதற்கான வழிகளைக் கண்டுபிடிக்கவும் அவர்கள் முயற்சி மேற்கொண்டனர். அமைதியின் மிக அடிப்படைத் தேவையான, பல்வேறு பிரிவுகளைச் சேர்ந்த மக்களுக்கிடையேயான ஆற்றல்மிக்கக் கருத்துப் பரிமாற்றத்தை இம்மூவரும் தொடர்ந்து உயிர்த்துடிப்புடன் வைத்திருந்தனர். இவர்கள் பல்வேறு தலைப்பில் அமைந்த விஷயங்களைப் பற்றிக் கலந்து பேசினர். நாட்டை முற்றிலும் புதியதொரு திசையில் அழைத்துச் சென்று கொண்டிருந்த சுதந்திர இயக்கம், தேசியவாதிகளின் அழைப்புக் குறித்து ஆங்கிலேயே அரசாங்கம் கொண்டிருந்த மனப்போக்கு, மக்கள்மீதான அவற்றின் தாக்கம் ஆகியவை குறித்து

அவர்கள் அதீத அக்கறை கொண்டிருந்தனர். தங்களைச் சுற்றி இருந்த சமுதாயத்திற்கு அவர்கள் அமைதியாக ஆறுதலளித்து வழிகாட்டினர். எல்லோரும் சுதந்திரமாகப் பேசுவதற்கு ஒரு வாய்ப்பை வழங்கக்கூடிய ஓர் இணக்கமான சமுதாயமாக அதை அவர்கள் உருவாக்கினர்.

எனது குழந்தைப்பருவத்தில் நடந்த ஒரு நிகழ்வு இந்த யதார்த்தத்தை எனக்கு வெளிச்சம் போட்டுக் காட்டியது. அப்போது எனக்கு சுமார் எட்டு வயது இருக்கும். நான் மூன்றாம் வகுப்பில் படித்துக் கொண்டிருந்தேன். ராமநாதன், அரவிந்தன், சிவபிரகாசன் ஆகியோர் எனது சிறந்த நண்பர்களாக இருந்தனர். அவர்கள் அனைவருமே பிராமணர்கள். பக்ஷி லட்சுமண சாஸ்திரியின் மகன்தான் ராமநாதன். நாங்கள் பள்ளிச் சிறுவர்களுக்கே உரிய வழக்கமான வாழ்க்கையை வாழ்ந்து வந்தோம். நாங்கள் எங்கள் நாளின் பெரும்பகுதியை வகுப்பறையிலும் வகுப்பிற்கு வெளியேயும் ஒன்றாகக் கழித்தோம். எல்லா நல்ல நண்பர்களையும் போலவே, என்றேனும் ஒருநாள் எங்களில் ஒருவன் பள்ளிக்கு வராமல் இருந்து, எங்கள் வயதுக்கே உரிய சிறுவர்களுக்கு முக்கியமாகப் படுகின்ற விஷயங்களின் நுண்ணிய விபரங்களை எங்களால் ஒருவருக்கொருவர் பகிர்ந்து கொள்ள முடியாமல் போனால், எங்களுடைய அந்த நாள் முழுமை பெறாது. வகுப்பறையில் நாங்கள் ஒருவருக்கொருவர் அருகில் அமர்ந்து கொண்டோம். ராமநாதனும் நானும் ஒரே பெஞ்சைப் பகிர்ந்து கொண்டோம்.

முக்கியக் கதையை நான் கூறுவதற்கு முன்பு, எனது பள்ளியைப் பற்றிய ஒரு காட்சியை உங்கள் கண்கள்முன் கொண்டு வர விரும்புகிறேன். வெகுளித்தனம், குறும்புத்தனம், கற்றல் ஆகியவற்றை உள்ளடக்கிய நாட்களின் அழகான நினைவுகளுடன்கூடிய அக்காட்சி என் நெஞ்சில் நீங்கா இடம்பெற்றுள்ளது. எங்கள் பள்ளி ராமேஸ்வரம் பஞ்சாயத்துத் தொடக்கப் பள்ளி என்று அழைக்கப்பட்டது. 1936ம் ஆண்டிலிருந்து 1944ம் ஆண்டுவரை நான் அங்கு பயின்றேன். அது கடற்கரைக்கு அருகே அமைந்திருந்தது. அதன் கட்டிடம் நிச்சயமாக அவ்வளவு உறுதியானதாக இருக்கவில்லை. அதன் சில பகுதிகள் செங்கற்களால் கட்டப்பட்டு இருந்தாலும், அதன்

கூரை வெறுமனே ஓலையைக் கொண்டு வேயப்பட்டிருந்தது. ஆனால் அந்தக் காலத்தில் ராமேஸ்வரத்தில் இருந்த ஒரே பள்ளிக்கூடம் அது மட்டும்தான். நாங்கள் மொத்தம் 400 சிறுவர்களும் சிறுமியரும் அதில் படித்தோம். இப்பள்ளியின் கட்டிடம் பார்ப்பதற்கு அவ்வளவு வசீகரமாக இருக்கவில்லை, பள்ளியில் போதிய வசதிகளும் இருக்கவில்லை. ஆனாலும்கூட, அது மிக சுவாரசியமான ஓர் இடமாக இருந்து வந்தது என்பதில் சந்தேகமில்லை. வரலாறு, புவியியல், அறிவியல் ஆகிய பாடங்களைக் கற்றுக் கொடுத்த ஆசிரியர்களை மாணவர்கள் பெரிதும் விரும்பினர். ஏன்? ஏனெனில், அந்த ஆசிரியர்கள் பிறருக்குக் கற்றுக் கொடுப்பதை மிகவும் நேசித்ததோடு, நாங்கள் ஒவ்வொருவரும் கல்வியில் மிகச் சிறப்பாக விளங்குவதையும் உறுதி செய்தனர். ஒரு வகுப்பில் இருந்த ஐம்பத்தைந்து குழந்தைகள்மீது சம அளவில் கவனம் செலுத்துவது அவர்களுக்கு அவ்வளவு சுலபமான ஒரு காரியமாக இருந்திருக்காது. நாங்கள் வெறுமனே பரீட்சையில் நல்ல மதிப்பெண்கள் பெற வேண்டும் என்று மட்டும் அவர்கள் விரும்பவில்லை. தாங்கள் கற்றுக் கொடுத்தப் பாடங்கள்மீது ஒரு நேசத்தை நாங்கள் வளர்த்துக் கொள்ள வேண்டும் என்றும் அவர்கள் விரும்பினர். தூய்மை ஒளி எங்கள் ஆசிரியர்களிடத்தில் மின்னியதை நாங்கள் கண்டோம்.

ஒரு நாள் ஏதேனும் ஒரு மாணவன் பள்ளிக்கு வராமல் போனால்கூட, ஆசிரியர்கள் நேராக அவனது பெற்றோரிடம் சென்று அவனது நலன் குறித்து விசாரித்து, அவன் பள்ளிக்கு வராததற்கான காரணத்தைக் கேட்பர். எங்களில் ஒருவர் உயர்ந்த மதிப்பெண்களைப் பெற்றால், எங்கள் வீடுகளுக்குச் சென்று இந்த மகிழ்ச்சியான தகவலை எங்கள் பெற்றோரிடத்தில் பகிர்ந்து கொள்பவர்கள் முதலில் எங்கள் ஆசிரியராகத்தான் இருப்பார். எங்கள் பள்ளி ஒரு மகிழ்ச்சியான இடமாக இருந்தது. அங்கு எங்கள் படிப்பைத் துவக்கிய நாங்கள் அனைவரும் எட்டாம் வகுப்புவரை அங்கேயே படித்து முடித்தோம். ஒரு மாணவனோ அல்லது மாணவியோகூடப் பாதியிலேயே பள்ளியைவிட்டு நின்றதாக எனக்கு நினைவில்லை. இந்நாட்களில், நாடு முழுவதிலுமுள்ள பெரிய மற்ற சிறிய பள்ளிகளுக்கு நான்

விஜயம் செய்யும்போது, அவர்களுடைய உண்மையான தரம் ஒரு மாபெரும் கட்டிடத்திலிருந்தோ, மாபெரும் வசதிகளிலிருந்தோ, அல்லது மாபெரும் விளம்பரங்களிலிருந்தோ வருவதில்லை என்று நான் அவர்களிடம் கூறுகிறேன். மாபெரும் ஆசிரியர்கள் அன்போடு கல்வி கற்றுக் கொடுக்கும்போது மட்டுமே அது நிகழ்கிறது.

என்னுடைய கதைக்குத் திரும்பி வருவோம். அக்காலத்துப் பள்ளிகளில், குறிப்பாக, நான் பயின்றது போன்ற சிறிய பள்ளிகளில் சீருடைகள் கிடையாது. எங்கள் மதத்தின்படி நாங்கள் கட்டாயமாகப் பின்பற்ற வேண்டியிருந்த சம்பிரதாயங்களைப் பின்பற்ற எங்களுக்கு முழுச் சுதந்திரம் இருந்தது. என் நண்பன் ராமநாதன் தனது தந்தையைப்போலவே குடுமி வைத்திருந்தான். (பின்னாளில், அவன் வளர்ந்து பெரியவனாக ஆனபோது, தனது தந்தையை அடுத்து அவனும் அக்கோவிலின் அர்ச்சகராக ஆனான்.) ஊரில் இருந்த அனைத்து இஸ்லாமியச் சிறுவர்களைப்போல நானும் எனது சிறிய குல்லாவை அணிந்தே பள்ளிக்குச் சென்றேன். இதை எங்களில் ஒருவர்கூட ஒருபோதும் கவனித்ததோ அல்லது இது பற்றி விமர்சித்ததோ கிடையாது.

நாங்கள் மூன்றாம் வகுப்பில் இருந்தபோது, எங்கள் வாழ்வில் ஒரு மிகப் பெரிய உற்சாகம் ஏற்பட்டது. எங்கள் பள்ளிக்கு ஒரு புதிய ஆசிரியர் வந்திருந்தார். தனது தேவைகளைத் தானே நிறைவேற்றிக் கொண்ட ஒரு சிறிய சமூகத்தில், இவ்விஷயம் அதிக உற்சாகத்தையும் அதிகமான கலந்துரையாடல்களையும் நிகழ்த்தியது. எங்கள் புதிய ஆசிரியர் எப்படி இருப்பார் என்பதைத் தெரிந்து கொள்வதற்கு மாணவர்களாகிய நாங்கள் அனைவரும் பேரார்வத்தோடு காத்திருந்தோம். அவர் கண்டிப்பானவராக இருப்பாரா அல்லது கனிவானவராக இருப்பாரா? அவர் கோபக்காரராக இருப்பாரா அல்லது பொறுமையானவராக இருப்பாரா? அவர் எங்களுக்குப் பாடம் சொல்லிக் கொடுக்கும் நாளை எதிர்பார்த்து நாங்கள் இருப்புக் கொள்ளாமல் தவித்தோம். அவர் எங்கள் வகுப்பிற்குள் வந்த முதல் நாள் எங்கள் ஆர்வம் முழுவதுமாக வற்றிப் போனது.

அந்த ஆசிரியரும் ஒரு பிராமணர். அவர் எங்கள் வகுப்பிற்குள் நுழைந்தவுடனேயே, எங்கள் அனைவரையும் வேகமாகத் தன் கண்களால் எடை போட்டார். வெவ்வேறு விதமான ஆடைகளை அணிந்திருந்த எங்கள் மாணவர் கூட்டத்தை அவர் நோட்டம் விட்டார்போலும்! குழந்தைகளின் பிரகாசமான கண்களையும் ஆர்வமான புன்னகைகளையும் கவனிக்க அவர் தவறியிருக்க வேண்டும் என்று இன்று நான் நினைக்கிறேன். ஏனெனில், ஓர் அறை முழுதும் நிரம்பி வழியும் குழந்தைகளை எதிர்கொள்ளும்போது முதலில் என் கண்களுக்குத் தென்படுவது அவ்விஷயங்கள்தான். ஆனால் எங்களது புதிய ஆசிரியர் விரைவாகச் செயலில் இறங்கினார். அவர் எங்கள் வகுப்பிற்கு முன்னால் நடந்து வந்தபோது, அவரது கண்களில் முதலில் பட்டது நானும் ராமநாதனும்தான். எங்கள் வகுப்பில் நாங்கள்தான் மிகச் சிறந்த மாணவர்களாக இருந்தோம். கற்றுக் கொள்வதிலும் எல்லாவற்றிலும் பங்கு கொள்வதிலும் நாங்கள் எப்போதுமே அதிக ஆர்வம் காட்டி வந்தோம். நாங்கள் எப்போதும் முன்வரிசையில்தான் அமர்ந்தோம். எங்கள் ஆசிரியரின் பார்வை என் குல்லாவின்மீதும் ராமநாதனின் குடுமியின்மீதும் நிலைத்தது. எரிச்சலுடன்கூடிய ஒரு பார்வை அவரது முகத்தில் படர்ந்தது. தான் பார்த்தக் காட்சியை அவரால் நம்ப முடியவில்லை என்ற உண்மை அவரது முகம் முழுக்கப் பரவியிருந்தது. காரணம் எதுவும் கூறாமல், என் பெயர் என்னவென்று கூறுமாறு அவர் எனக்குக் கட்டளையிட்டார். நான் என் பெயரைக் கூறியபோது, என்னுடைய பொருட்களை எடுத்துக் கொண்டு வகுப்பின் பின்வரிசைக்குச் சென்று அமருமாறு அவர் என்னிடம் அதிகாரமாகக் கூறினார். அதற்கான காரணம் அவருக்கு மட்டுமே வெளிச்சம்.

நான் மிகவும் வருத்தமாகவும் அவமானமாகவும் உணர்ந்தேன். இது ஏன் நிகழ்ந்தது என்று நான் யோசித்தேன். ராமநாதனின் கண்கள் கண்ணீரால் நிரம்பியிருந்தன. நான் என் புத்தகங்களைத் தூக்கிக் கொண்டு அவனிடமிருந்து நகர்ந்து சென்றபோது அவனது பெரிய கண்களில் கண்ணீர் பெருகி வழிந்து கொண்டிருந்தது இன்றும் என் நினைவில் உள்ளது.

ஆனால் இதை உரியவர்களிடம் தெரிவிக்காமல் போவதற்கு நாங்கள் இருவருமே தயாராக இல்லை. அன்றே இது பற்றி நான் என் தந்தையிடம் கூறினேன். ராமநாதனும் தன் தந்தையிடம் இது பற்றிக் கூறினான். என் தந்தையும் ராமநாதனின் தந்தையும் அதிர்ச்சியும் கலக்கமும் அடைந்தனர். அவர்கள் எவற்றைக் குறித்துக் கடினமாக உழைத்திருந்தனரோ, இது அவை அனைத்திற்கும் எதிராகப் போனது! அறிவைப் புகட்டி எங்கள் மனங்களைத் திறக்க வேண்டிய ஓர் ஆசிரியர், அதற்குப் பதிலாக, அதற்கு நேரெதிரானதைச் செய்து கொண்டிருந்தார். மென்மையான குணம் படைத்த எங்கள் தந்தையர் இவ்வளவு தூரம் கோபப்பட்டு நாங்கள் பார்த்ததே இல்லை. அவர்கள் இருவரும் உடனடியாக ஒருவருக்கொருவர் பேசி, நிகழ்ந்த சம்பவம் பற்றிய விபரங்களை உறுதி செய்து கொண்டனர்.

அடுத்த வெள்ளிக்கிழமையன்று, அந்தி சாய்ந்து கொண்டிருந்தபோது, வழக்கம்போல் அவர்கள் சந்தித்தனர். பாதிரியார் போதலும் அங்கு இருந்தார். அங்கு வரும்படி எங்கள் ஆசிரியருக்கு உத்தரவு இடப்பட்டிருந்ததால் அவரும் அங்கு வந்தார். இருள் சூழத் துவங்கிய அந்த நேரத்தில், நாட்டின் பிற பகுதிகளில் இந்தியாவின் இழையைச் சீரழித்துக் கொண்டிருந்த மதப் பிரிவினைகள் எனும் பேரிடர் எங்கள் ஊரில் வளர்வதற்கு அனுமதி அளிக்கப்பட மாட்டாது என்று என் தந்தையும் சாஸ்திரிகளும் அந்த ஆசிரியரிடம் கண்டிப்பாகவும் திட்டவட்டமாகவும் தெரிவித்தனர். குழந்தைகளைத் தனியாகப் பிரித்து வைக்கத் தாங்கள் அனுமதிக்க மாட்டோம் என்றும், மத நல்லிணக்கத்தை வலியுறுத்துவதற்குப் பதிலாக, மதத்தைப் பிரிவினைக்கான ஒரு காரணியாக ஆக்குகின்ற எவரொருவரையும் நிச்சயமாகத் தாங்கள் பொறுத்துக் கொள்ள மாட்டோம் என்றும், இது சமுதாயத்தின் இளம் உறுப்பினர்களின் மனத்தை அரிப்பதற்குத் தாங்கள் ஒருபோதும் அனுமதிக்க மாட்டோம் என்றும் அவர்கள் அந்த ஆசிரியரிடம் கூறினர்.

இவை அனைத்தும் எங்கள் ஆசிரியரிடம் கண்ணியமாகவும் பணிவன்புடனும் தெரிவிக்கப்பட்டது. நாட்டின் எதிர்காலத்தை நம்பி ஒப்படைக்கத் தகுதியான, அறிவார்ந்த ஒரு மனிதராக அவர் தன்னைப் பார்க்க

விரும்பினாரா இல்லையா என்று அவரிடம் கேட்கப்பட்டபோது, எங்கள் ஆசிரியர் சிந்தித்தபடியே மௌனமாக நின்றார். பிறகு, இறுதியில், இரண்டு சிறுவர்களையும் தான் பிரித்து வைக்க முயற்சித்திருந்ததை அவர் ஒப்புக் கொண்டார். அவர் அவ்வாறு செய்தபோது, தனது செயல்களுக்கான பின்விளைவுகளைப் பற்றி அவர் அவ்வளவாக யோசித்திருக்கவில்லை. சமூகம் இவ்வழியில்தான் அமைக்கப்பட்டுக் கொண்டிருந்ததை அவர் தன்னைச் சுற்றி எப்போதும் பார்த்து வந்திருந்தார். எனவே அவர் கண்மூடித்தனமாக அந்த விதிகளைப் பின்பற்றிக் கொண்டிருந்தார். எவருமே வேறு விதமாக அவருக்குக் கற்றுக் கொடுத்திருக்கவுமில்லை, அல்லது இப்படிப்பட்டப் பிரிவினைகளின் பயனின்மையை அவரைப் பார்க்க வைத்திருக்கவுமில்லை. தான் செய்த தவறை அடுத்த நாளே சரி செய்துவிடுவதாக அவர் வாக்குறுதி அளித்தார். தான் கொடுத்த வாக்கை அவர் நிறைவேற்றவும் செய்தார்.

வயதில் மூத்த இந்த மூன்று சமயவாதிகளும் ஒரு விவகாரத்தை உறுதியாகவும் வெளிப்படையாகவும் கையாண்ட விதத்தை முதன்முதலாக நான் அப்போதுதான் அனுபவபூர்வமாக உணர்ந்தேன். ஒரு பிரச்சனை வளர்ந்து மோசமடைவதற்கு முன்னால் அதை அவர்கள் விரட்டியடித்தனர். எந்தவொரு சூழ்நிலையிலும் ஒரு நல்ல நிர்வாகத்திற்கான சாராம்சம் இதுதான் என்பதைப் பின்னர் நான் கற்றேன்.

என்னைச் செதுக்கி வந்துள்ள ஓர் எண்ணத்தின் முதல் தரிசனமும் எனக்கு அதுதான். நமது உள்ளார்ந்த உறுதிப்பாடுகளும் நம்பிக்கைகளின் வலிமையுமே எப்போதும் நமது நடவடிக்கைகளைத் தீர்மானிக்க வேண்டும் என்பதுதான் அந்த எண்ணம். புற ஆற்றல்கள், சபலங்கள், அறிவுரைகள் ஆகியவை எப்போதும் நமக்குள் திணிக்கப்பட்டுக் கொண்டே இருக்கும். ஆனால், நல்லது என்றும், சரியானது என்றும் நாம் மனப்பூர்வமாக நம்புகின்றவற்றுக்கு ஆதரவாக நம்மால் துணிந்து நிற்க முடிந்தால், இறுதியில் நம்மைக் குறித்து நாம் மன அமைதி அடைவோம். தங்களது தனித்துவத்தின்மீது நம்பிக்கை

கொண்டுள்ள, தன்னல நோக்குக் கொண்ட நபர்களால் தாங்கள் ஏய்க்கப்படுவதை அனுமதிக்காத குடிமக்கள்தான் நம் நாட்டிற்குத் தேவை.

எட்டாவது வகுப்புப் படிப்பு முடிந்தவுடன் நான் ராமேஸ்வரத்திலிருந்து எனது எதிர்காலத்தைப் பின்தொடர்ந்து சென்றேன். அது என்னை அறிவியல் மற்றும் தொழில்நுட்ப உலகிற்குள் அழைத்துச் சென்றது. நான் எப்போதுமே அறிவியலில் தீவிர நம்பிக்கை கொண்டவனாக இருந்தேன். ஆனால் என் இளைமைப் பருவத்தின் ஆன்மீகச் சூழல் என்னுடன் நிரந்தரமாகக் குடிகொண்டுவிட்டது. வெவ்வேறு கண்ணோட்டங்களை, குறிப்பாக இறைவனைப் பற்றிய பல்வேறு கண்ணோட்டங்களை என்னால் சிறப்பாகப் புரிந்து கொள்ள முடிகிறது. குரானில் துவக்கி, பகவத்கீதை மற்றும் புனித பைபிள்வரை வெவ்வேறு மதங்களின் புனித நூல்களில் அடங்கியுள்ள அறிவை நான் படித்து உள்வாங்கியுள்ளேன். இவை அனைத்தும் சேர்ந்து, பல்வேறுபட்டப் பாரம்பரியங்களின் சிறந்ததொரு சமரசப் படைப்பான, தனித்துவமான நமது பாரத பூமியின் ஒரு விளைபொருளாக என்னை உருவாக்கியுள்ளன. இந்நாட்டில் ஓர் இஸ்லாமியராக இருப்பதை நீங்கள் எப்படிப் பார்க்கிறீர்கள் என்று யாரேனும் என்னிடம் கேட்டால், எனது தந்தையார், சாஸ்திரிகள், பாதிரியார் போதல் ஆகியோரையும், பின்னாளில் நான் சந்தித்த அவர்களைப் போன்ற பலரையும் என்னால் சுட்டிக்காட்ட முடியும். நான் அவர்கள் அனைவரோடும் சேர்ந்து வளர்ந்தேன். அவர்கள் அனைவருமே நமது தேசத்தின் மதரீதியான தரங்களையும் நன்னெறித் தரங்களையும் தழைக்கச் செய்து வந்துள்ளனர். பல்வேறு மதங்களையும் பல்வேறுபட்டப் பாரம்பரியங்களையும் கொண்ட, நாம் ஒவ்வொருவரும் சுவாசிப்பதற்கு நமக்கென்று ஓர் இடம் இருக்கின்ற ஒரு நாடு இது என்று நாம் முழங்குவதற்கு அவர்கள் அனைவரும் தங்கள் சொந்த வழியில் பங்காற்றியுள்ளனர். நமக்கு ஆழமான பிரச்சனைகள் இருக்கின்றன என்பதும், ஒவ்வொரு நாளும் பிளவுகள் உருவாக்கப்பட்டுக் கொண்டிருக்கின்றன என்பதும் உண்மைதான். ஆனால், பல

வருடங்களுக்கு முன்பு ராமேஸ்வரத்தில் வாழ்ந்த எனது முப்பாட்டன், இமாம்கள், அர்ச்சகர்கள் போன்றவர்களின் கதைகளை இனி வரும் சந்ததியினர் தங்கள் நினைவில் வைத்துக் கொண்டால், மதச்சார்பற்ற ஒரு ஜனநாயக நாடாக நாம் என்றென்றும் தொடர்ந்து தழைத்துக் கொண்டிருப்போம் என்பது உறுதி.

என் அம்மாவும்
என் சகோதரியும்

பல வருடங்களுக்கு முன்பு, 'என் தாயார்' என்ற தலைப்பில் நான் ஒரு கவிதை எழுதினேன். அதன் துவக்க வரிகள் இவ்வாறு அமைந்திருந்தன:

கடல் அலைகள்!
பொன்னிற மணல்!
புனித யாத்திரீகர்களின் கடவுள் விசுவாசம்!
ராமேஸ்வரம் மசூதித் தெரு!
அனைத்தின் சங்கமம்தான் நீ என் தாயே!

நான் இப்போது ஏக்கத்தோடு நினைத்துப் பார்க்கின்ற, நான் வளர்ந்து வந்த காலமானது, அப்போது என் வாழ்வின் மையமாக விளங்கிய இரண்டு நபர்களின் நினைவாலும் ராமேஸ்வரத்தின் நினைவாலும் ஊடுருவப்பட்டுள்ளது. என் அன்னையும் பிதாவும்தான் அவ்விரு நபர்கள். எங்களுடையது ஒரு நடுத்தர வர்க்கக் குடும்பம். என் தந்தையாரைப் பற்றி நான் ஏற்கனவே கூறியுள்ளேன். என் தாயார் ஆஷியம்மா, கடந்தகாலத்தில் ஏதோ ஒரு சமயத்தில் ஆங்கிலேய அரசால் 'பகதூர்' பட்டம் கொடுக்கப்பட்ட ஒரு குடும்பத்திலிருந்து வந்தவர்.

என் தாயார் மிகவும் மென்மையான, யதார்த்தமான, தெய்வ நம்பிக்கை கொண்ட ஒரு பெண்மணியாக இருந்தார். அவர் என் தந்தையைப்போலவே மிக ஆழ்ந்த மதப் பற்றுக் கொண்ட ஓர் இஸ்லாமியராக இருந்தார். நான் அவரை நினைத்துப் பார்க்கும்போது, தினமும் ஐந்து முறை அவர் சிரத்தையுடன் நமாஸ் பிரார்த்தனையைக் கூறி வந்ததை என்னால் ஒருபோதும் மறக்க முடியாது. அவரது முகம் மிகத் தீவிரமான அர்ப்பணிப்பையும் அமைதியையும் வெளிப்படுத்தியது எனக்கு நன்றாக நினைவிருக்கிறது. அவர் ஒரு பெரிய குடும்பத்தைப் பராமரிக்க வேண்டியிருந்தது. அதில்தான் அவரது பெரும்பாலான ஆற்றல் செலவானது. எங்கள் குடும்பத்தில் நானும், எனது சகோதர சகோதரிகளும், எங்கள் பாட்டிகள், தாத்தாக்கள், சிற்றப்பாக்கள் போன்ற உறவினர்களும்

அடங்குவர். நாங்கள் அனைவரும் ஒரே வீட்டில் வாழ்ந்து வந்தோம். எல்லோரது தேவையையும் நிறைவேற்றுவதற்கு எப்போதுமே செலவுகளை இழுத்துப் பிடிக்க வேண்டியிருந்தது. எங்களுக்கு மட்டுமல்லாமல், எவரொருவருக்குமே அக்காலகட்டம் அவ்வளவு செழிப்பானதாக இருக்கவில்லை. என் தந்தையின் தென்னை மற்றும் பயணப் படகு வியாபாரங்களிலிருந்து எங்களுக்கு ஒரு நல்ல நிரந்தரமான வருமானம் வந்து கொண்டிருந்தபோதிலும் அது எங்கள் செலவுகளைச் சமாளிப்பதற்கு மட்டுமே போதுமானதாக இருந்தது. ஆடம்பரம் என்ற வார்த்தைக்கே அப்போது இடமிருக்கவில்லை.

இச்சூழல்களில், என் தாயார், என் தந்தைக்கு ஏற்ற ஒரு கச்சிதமான வாழ்க்கைத் துணைவராக இருந்தார். அவர் பணத்தைச் சேமித்தார், சிக்கனம் என்றால் என்ன என்பதைப் புரிந்து வைத்திருந்தார். ஆனாலும் எங்கள் வாழ்க்கைமுறை குறித்து அவரிடம் எள்ளளவு எரிச்சலோ அல்லது கோபமோ ஒருபோதும் ஏற்பட்டதில்லை. கிட்டத்தட்ட ஒவ்வொரு நாளும், எங்கள் குடும்பத்தில் இருந்த எல்லா உறுப்பினர்களும் வயிறு நிறையச் சாப்பிட்டதோடு மட்டுமன்றி, திருப்திகரமான முறையில் நாங்கள் கவனித்துக் கொள்ளவும் பட்டோம். எங்கள் வீட்டிற்கு ஏராளமானவர்கள் வந்து சென்றனர். அவர்களும் எங்களோடு உணவருந்திச் செல்ல வேண்டும் என்று கேட்டுக் கொள்ளப்படுவர். இப்போது நான் அதைப் பற்றி நினைத்துப் பார்க்கும்போது, எங்கள் குடும்பத்தில் எத்தனை உறுப்பினர்கள் இருந்தார்களோ, அதே எண்ணிக்கையிலான விருந்தினர்களுக்கும் என் தாயார் சமையல் செய்து பரிமாறினார் என்று எனக்குத் தோன்றுகிறது. ஆனால் இதுதான் இயல்பானது என்று ஏற்றுக் கொள்ளப்பட்ட ஒரு சமயம் அது. உண்மையிலேயே யாரும் அது பற்றி எந்தவொரு கருத்தையும் கூறியதில்லை, அது பற்றி அவ்வளவாகச் சிந்தித்ததும் இல்லை. ஒரு காலத்தில் இந்திய விருந்தோம்பல் அப்படிப்பட்டதாக இருந்தது.

என்னுடையது ஒரு மகிழ்ச்சியான, பாதுகாப்பான குழந்தைப்பருவமாக இருந்தது. என் தாயாருடன் சமையலறைத் தரையில் அமர்ந்து சாப்பிட்டது எனது

ஆரம்பகால நினைவுகளில் ஒன்று. நாங்கள் வாழை இலைகளில் சாப்பிட்டோம். சாதம், மணக்கும் சாம்பார், வீட்டில் தயாரிக்கப்பட்ட ஊறுகாய், தேங்காய்ச் சட்னி ஆகியவைதான் எங்களது முக்கிய உணவாக இருந்தது. என் தாயாரின் சமையல் எளிமையானதாக இருந்தாலும் பிரமாதமாக இருக்கும். புளிப்பு மற்றும் காரச் சுவைகள் கச்சிதமாகக் கலந்திருந்த அவரது சாம்பாரைப் போன்ற சுவையான ஒரு சாம்பாரை இன்றுவரை வேறு எங்கும் நான் சாப்பிட்டதில்லை. என் குழந்தைப்பருவத்தில் நிகழ்ந்த, உணவு தொடர்பான மற்றுமொரு சம்பவம் என் நினைவுக்கு வருகிறது.

இரண்டாம் உலகப் போர் நடந்து கொண்டிருந்த சமயத்தில், உணவுப் பொருட்கள் பங்கிட்டுக் கொடுக்கப்பட்டன. என் தாயாரும் பாட்டியும் அந்த நாட்களைச் சமாளிப்பதற்குத் தங்களால் முடிந்த அளவுக்குச் சிறப்பாக முயற்சித்தனர். தங்களிடம் இருந்த உணவுப் பொருட்களை முடிந்த அளவு நீட்டித்தனர். எதுவும் வீணாகாமல் பார்த்துக் கொண்டனர். குழந்தைகள் போதுமான அளவுச் சாப்பிடுவதற்காக அவர்கள் தங்கள் உணவின் அளவைக் குறைத்துக் கொண்டனர். ஒருநாள், சாதத்திற்குப் பதிலாக என் தாயார் சப்பாத்திகள் தயாரித்திருந்தார். அவர் சுடச்சுடப் போட்டுக் கொடுத்தச் சப்பாத்திகளைத் தரையில் அமர்ந்து நான் மிகவும் ரசித்துச் சாப்பிட்டேன். அவை தொடர்ந்து வர வர, நான் தொடர்ந்து சாப்பிட்டுக் கொண்டே இருந்தேன். நான் மிகவும் பசியோடு இருந்தேன். ஒருவழியாக என் வயிறு நிரம்பிய பிறகு, என் வாழை இலையை எடுத்துக் கொண்டு, கைகளைக் கழுவுவதற்காகச் சென்றேன். அன்றிரவு என் அண்ணன் என்னைத் தனியாக அழைத்துச் சென்று, முதன்முறையாக என்னைத் திட்டினார். "அப்துல், எப்படி உன்னால் இப்படிக் குருட்டுத்தனமாக இருக்க முடிந்தது?" என்று அவர் தன் வசவைத் துவக்கினார்.

அவர் எதற்காக என்னைத் தனியே அழைத்துச் சென்றார் என்று முதலில் எனக்குப் புரியவில்லை. நான் எதுவும் புரியாமல் அவரைப் பார்த்தபடி நின்றேன். பிறகு அவர் சற்று நிதானமடைந்து, "நம் குடும்பத்தில் உள்ள ஒவ்வொருவரும் தலா இரண்டு அல்லது மூன்று

சப்பாத்திகள் சாப்பிடுவதற்குப் போதுமான அளவுதான் அம்மா மாவு தயாரித்திருந்தார் என்பதை நீ கவனிக்கவில்லையா? சாப்பிடும்போது நீ மேலும் வேண்டும் என்று கேட்டால், அம்மா, இல்லை என்று ஒருபோதும் உன்னிடம் கூற மாட்டார்கள். ஆனால் நீ தொடர்ந்து சாப்பிட்டுக் கொண்டே இருந்ததால், அவரும் தொடர்ந்து உனக்குச் சப்பாத்திகளைக் கொடுத்துக் கொண்டே இருந்தார். இப்போது அவர் சாப்பிடுவதற்கு எதுவும் இல்லை. அதனால் இன்றிரவு அவர் பட்டினியாகத் தூங்கப் போகிறார்," என்று விளக்கினார்.

அக்கணத்தில் எனக்கு ஏற்பட்ட அவமானமும், மெலிந்து போயிருந்த, ஆனால் எனக்குத் தெரிந்த மிக உறுதியான பெண்மணியான என் தாயாரின் நிலை குறித்து எனக்கு ஏற்பட்ட மன வேதனையும் என் இதயத்தைச் சுக்குநூறாக நொறுக்கின. என் முகத்தை வேறு எவரொருவருக்கும் காட்டுவதற்கு வெட்கப்பட்டுக் கொண்டு நான் எனக்குள்ளேயே அழுதேன். ஒருசில நாட்களுக்குப் பிறகுதான் மீண்டும் என் தாயாரின் முகத்தை என்னால் நேருக்கு நேராகப் பார்க்க முடிந்தது. என்னைச் சுற்றி இருப்பவர்களின் தேவைகளை நான் ஒருபோதும் மறக்கக்கூடாது என்பது குறித்து எனக்குக் கிடைத்த எப்பேற்பட்ட ஒரு படிப்பினை அது! என் தாயார் ஒரு வினாடிகூட யோசிக்காமல் தனது உணவை என்னுடன் பகிர்ந்து கொள்வதற்கு அவரது அன்புதான் அவரைத் தூண்டியது. உண்மையை எனது சகோதரர் எனக்கு எடுத்துக்காட்டிய பிறகு, எல்லோருக்கும், குறிப்பாக எனது தாயாருக்கும் பாட்டிக்கும் போதுமான அளவு உணவு இருந்ததை உறுதி செய்யாமல் நான் ஒருபோதும் சாப்பிட்டதில்லை.

வித்தியாசமான ஒரு பெரிய நகரத்தில் எனது கல்வியை நான் தொடர விரும்பியதால் இளவயதிலேயே எங்கள் வீட்டைவிட்டு நான் வெளியேறினேன். அதன் விளைவாக, என் நண்பர்கள் பலரைப் போலன்றி, என் தாயாரின் செல்லப் பிள்ளையாக என்னால் நீண்டகாலம் இருக்க முடியவில்லை. ஆனால் அவரது தயாள குணமும் அன்பான கவனிப்பு உணர்வும் என் இதயத்தில் எப்போதுமே தங்கியிருந்தன.

இரண்டாவது உலகப் போரின்போது, எனக்கு சுமார் எட்டு வயதாக இருந்த நேரத்தில், செய்தித்தாள்களைப் பட்டுவாடா செய்யும் வேலையை நான் எவ்வாறு ஏற்றுக் கொண்டேன், அச்சமயத்தில் நான் எவ்வளவு சுறுசுறுப்பாக இருந்தேன் என்பதை நான் ஏற்கனவே விவரித்திருக்கிறேன். அக்காலகட்டத்தில், பகல் நேரத்தில் நான் பல இடங்களுக்கும் சென்றதால், வேளை தவறாமல் எனக்குப் பரிமாறப்பட்டு வைக்கப்பட்டிருந்த சாப்பாட்டைச் சாப்பிடுவதற்கு மட்டுமே எனக்கு நேரம் இருந்தது. நான் போதிய அளவு சாப்பிட வேண்டும் என்பதற்காகப் பல நேரங்களில் என் தாயார் தனது உணவின் அளவைக் குறைத்துக் கொண்டதை நான் அறிவேன். ஒருமுறை இது பற்றி நான் அவரிடம் கேள்வி எழுப்பியபோது, அவர் வெறுமனே புன்னகைத்துவிட்டு, "நீ வளர்ந்து கொண்டிருக்கின்ற ஒரு குழந்தை. நாள் முழுவதும் நீ ஏராளமான வேலைகளைச் செய்ய வேண்டியுள்ளது. அம்மாக்கள் தங்கள் குழந்தைகளுக்கு இதை மனமுவந்து செய்வதற்கு எப்போதுமே காத்துக் கொண்டிருக்கிறார்கள். நீ என்னைப் பற்றிக் கவலைப்படாதே," என்று கூறினார். மாலை வேளைகளில் வீட்டிற்கு நான் பசியோடும் களைத்துப் போயும் வந்தபோதும், நான் என்னைச் சுத்தப்படுத்திக் கொள்ளவும் அடுத்த நாளுக்காகத் தயாராகவும் மீண்டும் அவர் எனக்கு உதவினார்.

என்னுடைய சகோதர சகோதரிகள் அனைவரைவிடவும், என் தாயாரின் அருகில் அமர்வதற்கு எனக்குத்தான் எப்போதும் முன்னுரிமை கொடுக்கப்பட்டது. ஒருமுறை நான் அவரது மடியில் தலை வைத்தபடியே தூங்கிவிட்டது எனக்கு நினைவிருக்கிறது. அவர் அமைதியாக அமர்ந்து கொண்டு, என் தலையையும் கன்னங்களையும் தனது கைகளால் மென்மையாக வருடிக் கொடுத்தார். என் களைப்பிற்கு அவரது வருடல் விலைமதிப்பிட முடியாத ஒரு நிவாரணியாக இருந்தது. எனக்கே தெரியாமல், எனக்குள் எங்கோ ஓர் ஆழத்திலிருந்து, என் இதயத்திற்குள் கண்ணீர் பெருக்கெடுத்தது. நான் அதை நிறுத்த முனைவதற்குள், அது என் கண்களிலிருந்து வழியத் துவங்கியது. என் கண்கள் மூடியபடியே இருந்தபோதிலும், அவற்றிலிருந்து கண்ணீர்

வழிந்தோடியது. பிறகு, மடிந்திருந்த எனது கால்மூட்டுக்களில் அக்கண்ணீர்த் துளிகள் விழுந்து, என் தாயாரின் புடவையை நனைத்தன. ஆனால் அவர் தனது வருடலை நிறுத்தவில்லை. என் கண்ணீருக்கான காரணத்தை அவர் நன்றாகவே அறிந்திருந்தார். திடீரென்று ஒரு வளர்ந்த மனிதனாக ஆவதற்கு முயற்சித்துக் கொண்டிருந்த ஒரு சிறுவனின் அதீதக் களைப்புதான் என் கண்ணீருக்கான காரணம் என்பது அவருக்குத் தெரிந்திருந்தது. அவரது விரல்கள் எனது தலைமுடியை மென்மையாக ஊடுவிச் சென்றன. அது எனக்கு ஆறுதலாகவும் இதமாகவும் என்னைப் புரிந்து கொண்டதாகவும் இருந்தது.

தென்னிந்தியாவில் ஒரு சிறிய ஊரில் பிறந்து வளர்ந்த இந்த எளிமையான பெண்மணி, நமது தேசத்திலும் அதற்கு அப்பாலும் இருந்த எண்ணற்றத் தாய்மார்களைப் போன்றே இருந்தார். அவர் தன் வீட்டைவிட்டு வெளியே சென்றதில்லை, ஊர் விவகாரங்களில் பங்கு கொண்டதில்லை. இக்காலகட்டத்தைப் போலன்றி, அவர் எந்தவொரு வேலைக்கும் செல்லவில்லை. வீடும் அவரது குடும்பமும்தான் அவரது பணியிடங்களாக இருந்தன. ஆனால், அந்த எல்லைக்குள் அவர் எல்லோருக்கும் சேவை செய்து வந்தார். இறைவனிடம் மிகவும் அர்ப்பணிப்புடனும் தன்னலமின்றியும் பக்தியுடனும் ஈடுபட்டு வந்தார். அவரது வாழ்விலிருந்து நான் கற்றுக் கொண்டுள்ள படிப்பினை இதுதான்: உங்களது செயற்தளம் எவ்வளவு பெரியதாக இருந்தாலும் சரி அல்லது எவ்வளவு சிறியதாக இருந்தாலும் சரி, இந்த வாழ்க்கையில் உங்களுக்கென்று விதிக்கப்பட்டுள்ள வேலையை நீங்கள் எவ்வளவு அர்ப்பணிப்புடன் செய்கிறீர்கள் என்பதுதான் இறுதியில் முக்கியம்.

எனது தந்தை 102 வயதுவரை வாழ்ந்தார். அவர் காலமானபோது, பதினைந்து பேரன்கள் மற்றும் பேத்திகளுடன்கூடிய ஒரு பெரிய குடும்பத்தை அவர் தனக்குப் பின்னால் விட்டுச் சென்றார். அவரது மறைவு என்னை மிக ஆழமாக பாதித்தது. நான் வேலை செய்து கொண்டிருந்த இடமான தும்பாவிலிருந்து நான் என் வீட்டிற்கு வந்து என் தாயாரின் அருகில் நீண்ட நேரம்

அமர்ந்திருந்தேன். நான் அங்கிருந்து புறப்பட வேண்டிய வேளை வந்தபோது, ஒரு தழுதழுத்தக் குரலில் என் தாயார் என்னை ஆசீர்வதித்தார். அப்போது எஸ்எல்வி ராக்கெட்டை உருவாக்குவதில் நான் மும்முரமாக ஈடுபட்டிருந்தேன். எனவே உடனே திரும்பி வருமாறு என் வேலை என்னை அழைத்தது. சிறிது நாட்கள் இருந்துவிட்டுப் போகும்படி என் தாயார் என்னிடம் ஒருமுறைகூடக் கூறவில்லை. நான் அவருடன் சில நாட்கள் தங்கியிருந்திருக்க வேண்டுமோ? என் வேலையில் அவ்வளவு மும்முரமாக ஈடுபடாமல், நான் மீண்டும் ஒருபோதும் பார்க்க முடியாமல் போகவிருந்த அந்த வயதான பெண்மணியுடன் நான் நேரத்தைச் செலவிட்டிருக்க வேண்டுமோ? எனக்கு நானே கேட்டுக் கொண்ட இக்கேள்விக்கு என்னிடம் விடையில்லை. என் தந்தை இறந்த பிறகு விரைவில் என் தாயாரும் இறந்துவிட்டார். எண்பது வருடங்களுக்கு மேலாகத் தன் கணவனின் பக்கத்தைவிட்டு ஒருபோதும் பிரியாமல் வாழ்ந்திருந்த அவர் நீண்டகாலம் தனியாக வாழாமல் போனது பொருத்தமானதுதான் போலும்!

என் தாயாரின் மறைவு குறித்தச் செய்தி எனக்குக் கிடைத்து, நான் ராமேஸ்வரத்திற்குச் சென்ற வழியில், அவரது நினைவுகள் என்னைத் தாக்கின. என்னைத் தங்களது குழந்தையாக உருவாக்கியிருந்ததோடு மட்டுமன்றி, எனது எண்ணங்களையும் ஆளுமையையும் செதுக்கியிருந்த இரண்டு பேர் இப்போது உயிரோடு இல்லை. அவர்களுடைய வழிகாட்டுதலின்றி நான் எனது எஞ்சிய வாழ்நாளை வாழ்ந்தாக வேண்டும். ஆனால் அவர்களில் ஒருவர் இல்லாமல் மற்றவரால் உயிர் வாழ்ந்திருக்க முடியாது என்பதை நான் அறிவேன். என் தந்தையோடு நான் தொழுகை செய்யக் கற்றுக் கொண்ட மசூதிக்கு நான் மீண்டும் சென்றபோது அந்த எண்ணம்தான் எனக்கு ஆறுதல் அளித்தது. அந்த மசூதியிலிருந்து வந்த தொழுகை அழைப்பு, முன்பு எங்கள் அனைவரையும் பிரார்த்தனையில் ஒன்றுகூட்டியது. பிரார்த்தனை செய்வதில் எங்களது பெற்றோர்கள் எங்களுக்கு முன்னோடிகளாக இருந்து எங்களை வழிநடத்தினர். இப்போது அந்த அழைப்பு ஒலியானது, ஓர் அழகிய குழந்தைப்பருவம், காலத்திற்குப்

பறிகொடுக்கப்பட்டப் பெற்றோர்கள், தனது மகனின் ஆழமான உணர்வுகள் அவனது இதயத்தில் புதைந்திருந்தபோதும்கூட அவற்றைப் புரிந்து கொண்ட ஒரு தாய் ஆகிய விஷயங்களின் இனிய நினைவுறுத்தலாக இருந்தது.

* * *

எனது சகோதரி ஜொஹரா

நான் ஏற்கனவே குறிப்பிட்டிருந்ததுபோல, எங்களுடைய குடும்பம் மிகப் பெரியது. பத்துக் குழந்தைகளில் நானும் ஒருவன். எனது சொந்தச் சகோதர சகோதரிகளோடு கூடவே, பெரியப்பா மற்றும் சிற்றப்பாவின் குழந்தைகளும், தூரத்து உறவினர்களின் குழந்தைகளும் எப்போதும் எங்கள் வீட்டிலேயே இருந்தனர். சலிப்பு என்றால் என்னவென்றே தெரியாமல் நாங்கள் வளர்ந்தோம். நாங்கள் ஏறுவதற்கு ஒரு மரமோ, விளையாடுவதற்கு ஒரு விளையாட்டோ, அல்லது திட்டமிடுவதற்கு ஒரு சிற்றுலாவோ எப்போதும் இருந்து கொண்டே இருந்தது. நாங்கள் மிகவும் மகிழ்ச்சியான குழந்தைகளாக இருந்தோம். சில சமயங்களில் எங்களுக்குள் பூசல்கள் எழுந்தன, ஆனால் வெகு சீக்கிரமாகவே நாங்கள் சமரசமாகிவிடுவோம். சில சமயங்களில் நாங்கள் குறும்புத்தனமாக நடந்து கொண்டோம். ஆனால் ஒருவருக்கொருவர் உதவுவதற்கு எப்போதும் நாங்கள் தயாராக இருந்தோம்.

எனது சகோதரி ஜொஹரா, மூத்தக் குழந்தைகளில் ஒருவர். தனது சூழல்களில் இருந்த பல பெண் குழந்தைகளைப்போலவே அவரும் வளர்ந்தார். அவர் பள்ளிக்குச் சென்று படித்தார். ஆனால் இயன்ற அளவுக்கு வீட்டு வேலைகளில் அவர் உதவ வேண்டும் என்று அவரிடமிருந்து எதிர்பார்க்கப்பட்டது. உண்மையில், அவர் எனது தாயாரின் மிக நெருங்கிய தோழியாக இருந்தார். எனது சகோதரியும் தாயாருமாகச் சேர்ந்து எங்கள் குடும்பத்திற்காக உழைத்து, சமையல் செய்து,

பாத்திரங்களைக் கழுவி, சிறு குழந்தைகளைக் கவனித்துக் கொண்டு, அவர்களுடைய காயப்பட்ட மூட்டுக்களுக்குத் தைலம் பூசி, ஒழுகிய மூக்குகளைத் துடைத்துவிட்டுப் பல சேவைகளைச் செய்ததில் தாய்க்கும் மகளுக்கும் இடையேயான இணைப்பு நட்பாக மாறியது. எனது தாயாரைப்போல எனது சகோதரியின் மனத்திலும் எனக்கென்று ஒரு மென்மையான இடம் இருந்தது. ஒருவேளை நான் அந்தச் சிறு வயதிலேயே கனவு காணும் ஒருவனாக இருந்தது அதற்குக் காரணமாக இருந்திருக்கலாம். எனது சகாக்களைப்போல நான் கீழ்ப்படியாதவனாக இருக்கவில்லை. மற்றக் குழந்தைகளோடு சேர்ந்து குறும்பான காரியங்களில் ஈடுபடுவதற்குப் பதிலாக, எப்போதுமே ஒரு காகிதத்தையோ அல்லது ஒரு புத்தகத்தையோ எடுத்துக் கொண்டு ஓரிடத்தில் சென்று சுருண்டு கொள்வது என் வழக்கமாக இருந்தது. தனது சின்னஞ்சிறு சகோதரனின் மென்மையான வெகுளித்தனம் சீரழிக்கப்பட்டுவிடாமல் இருப்பதை உறுதி செய்வதற்காகத் தன்னால் முடிந்த அளவுக்கு அவர் எப்போதும் என்மீது ஒரு கண் வைத்திருந்தார்.

நான் முந்தைய அத்தியாயம் ஒன்றில் கூறியிருந்ததுபோல, நான் சிறுவனாக இருந்தபோது அகமது ஜலாலுதீன் எங்கள் வாழ்விற்குள் நுழைந்தார். எங்களது சிறிய சமூகத்தில் அவரது வரவு ஒரு புத்துணர்ச்சியூட்டும் தென்றல்போல இருந்தது. அதைவிட மேலாக, வாழ்க்கை குறித்த அவரது முன்னோக்கு, திறந்த நோக்குடையதாகவும் பிரம்மாண்டமானதாகவும் ராமேஸ்வரத் தீவின் எல்லைகளைத் தாண்டிப் பார்க்கத் துணிந்த ஒன்றாகவும் இருந்தது. அவர் எங்கள் வீட்டிற்கு மிக அருகில் வசித்து வந்தார். விரைவில் அவர் எங்கள் குடும்பத்தின் அன்றாட வாழ்க்கையின் ஒரு பகுதியாக ஆகிவிட்டார்.

ஜலாலுதீன் என்மீது பெரும் விருப்பம் கொண்டிருந்தார். அவர் எனது ஆர்வங்களுக்குத் தீனி போட்டார். நான் கேட்டக் கேள்விகளுக்கான விடைகளைக் கண்டுபிடிப்பதற்கு அவர் தன்னால் முடிந்த அளவுக்குச் சிறப்பாக முயற்சித்தார். என்னைச் சுற்றி நான் பார்த்தவற்றைப் பற்றிய கேள்விகள் எப்போதும் என்னில் நிரம்பியிருக்கும். பறவைகள் ஏன் பறக்கின்றன? மழை

எப்படி உருவாகின்றது? ரயில் எஞ்சின்கள் எப்படி இயங்குகின்றன? இன்னும் இதுபோன்ற பல கேள்விகள் என்னிடமிருந்து முளைத்துக் கொண்டே இருந்தன. விரைவில், ராமேஸ்வரத்தில் இருந்த பள்ளி எனக்குப் போதுமானதாக இருக்காது என்ற உண்மையை ஜலாலுதீன் உணர்ந்தார். ராமநாதபுரத்தில் இருந்த ஒரு பெரிய, சிறந்த பள்ளிக்கு என்னை அனுப்ப வேண்டியதன் அவசியத்தை அவர் என் தந்தையுடன் கலந்து பேசினார்.

என் வாழ்க்கை தனது சொந்தப் பாதையில் பயணித்தது. ராமநாதபுரத்தில் எனது பள்ளிப்படிப்பை நான் முடித்தப் பிறகு, திருச்சியில் இளநிலைப் பட்டதாரிப் படிப்பை முடித்தேன். அதன் பிறகு, மெட்ராஸ் தொழில்நுட்ப நிறுவனத்தில் பொறியியல் படிப்பதற்காகச் சென்னைக்குச் செல்வதென்று நான் தீர்மானித்தேன். இதற்கு இடைப்பட்ட வருடங்களில், ஜொஹரா ஜலாலுதீனை மணமுடித்தார். அவர்கள் இருவரும் எனது கனவுகள் மற்றும் லட்சியங்களின் மிகப் பெரிய ஆதரவாளர்களாக இருந்தனர். எனது விருப்பங்களுக்குச் சிறகுகளைக் கொடுக்க வேண்டும் என்பதில் ஜொஹரா உறுதியாக இருந்தார். ஜலாலுதீன் தொடர்ந்து எனது நம்பிக்கைக்குரிய வழிகாட்டியாக இருந்து வந்தார். ஆனால் எங்கள் குடும்பப் பொருளாதார நிலையில் பெரிதாக எந்த மாற்றமும் ஏற்படவில்லை. எங்களது குடும்பம் என் தந்தை துவக்கிய வியாபாரத்திலிருந்து வந்த வருமானத்தை நம்பியே இன்னும் இருந்து வந்தது. இப்படிப்பட்டச் சூழலில், மெட்ராஸ் தொழில்நுட்ப நிறுவனத்தில் சேர்வதற்கான நுழைவுக் கட்டணமான 600 ரூபாய் அவர்களுக்கு எப்படிக் கட்டுப்படியாகும்? இன்று அத்தொகை மிகச் சிறியதாகத் தோன்றக்கூடும். ஆனால், அந்தக் காலத்தில் அது எங்களுக்குக் கிட்டத்தட்ட ஒரு லட்சம் ரூபாய்க்குச் சமமானதாக இருந்தது.

அப்போதுதான் என் சகோதரியிடமிருந்த உண்மையான மன உறுதியை நான் பார்த்தேன். தனது இளைய சகோதரனை எதுவும் தடுத்து நிறுத்தக்கூடாது என்று அவர் தன் கணவரிடம் கூறினார். எனது பெற்றோர்கள் சிறிது பணத்தைச் சேகரித்து, என் சகோதரிக்காகச் சில தங்க நகைகளை வாங்கியிருந்தனர்.

சம்பிரதாயப்படி, இந்தியக் குடும்பங்களில், பெண்கள் சில குறிப்பிட்ட நிகழ்ச்சிகளில் ஆபரணங்களை அணியக்கூடும். ஆனால் பெரும்பாலானோர் அவற்றை ஒரு பாதுகாப்பிற்காகவே பயன்படுத்துகின்றனர். எதிர்பாராத பணத் தேவைகள் ஏற்படக்கூடிய சமயத்தில் அது சுலபமாகக் கைகொடுத்து உதவும். என் சகோதரி ஜொஹரா இப்போது ஒரு திருமணமான பெண்ணாக இருந்தும், ஒரு கணம்கூட யோசிக்காமல், தனது சொந்தக் குடும்பத்திற்கு என்றேனும் ஒருநாள் அந்த நகைகள் தேவைப்படக்கூடும் என்று எள்ளளவும் கவலைப்படாமல், தனது நகைகளை அடமானம் வைத்து எனது கல்லூரிப் படிப்பிற்கான நுழைவுக் கட்டணத்திற்குத் தேவையான தொகையைக் கடன் வாங்கினார்.

அவரது செயல் என் இதயத்தை ஆழமாகத் தொட்டது. தேவைப்பட்ட நேரத்தில், பிரச்சனைக்கான தீர்வு ஜொஹராவிடம் இருந்தது. தன்னால் கொடுக்க முடிந்ததை அவர் ஒரு நிறைவான மனத்துடன் கொடுத்தார். தனது சகோதரன் கடினமாக உழைப்பான் என்பதை அவர் அறிந்திருந்தார். அவர் எனது திறன்களில் நம்பிக்கை வைத்தார். நான் ஒரு பொறியாளராகத் தகுதி பெறுவேன் என்று அவர் நம்பினார். நான் மெட்ராஸ் தொழில்நுட்ப நிறுவனத்தில் அனுமதிக்கப்பட்டேன். நான் சம்பாதிக்கத் துவங்கியவுடன் விரைவில் அவரது நகைகளை மீட்டுக் கொடுப்பேன் என்று அந்த நேரத்தில் நான் சபதம் செய்தேன். நான் கடினமாகப் படித்து, கல்வி உதவித் தொகையைச் சம்பாதித்ததன் மூலம் இறுதியில் அந்நகைகளை மீட்டேன்.

என் தாயாரைப்போலவே ஜொஹராவும் ராமேஸ்வரத்திலேயே தன் வாழ்க்கையைக் கழித்தார். என் தாயாரைப்போல அவரும் ஒரு திறமையான, மகிழ்ச்சியான, நேர்மையான பெண்ணாக இருந்தார். எனக்கு அவர்கள் இருவரும் ஒரு சாதாரண இந்தியப் பெண்மணியின் கடினமான உறுதிக்கும் சிரமங்களைத் திறம்படக் கையாள்வதற்கான திறனுக்குமான அடையாளச் சின்னங்களாக விளங்குகின்றனர். எனது சகோதரி தனது சூழல்களைக் கண்டு கலங்காத ஒருவர். அடிக்கடித் தனது சொந்தக் கனவுகளையும் லட்சியங்களையும் குழி தோண்டிப்

புதைத்துவிட்டுத் தன் வாழ்க்கையை நடத்தி வருபவர் அவர். பல சமயங்களில் அவர் தனது கணவரின் லட்சியங்களைப் பற்றியோ அல்லது தனது குழந்தைகளின் நலன் மற்றும் முன்னேற்றத்தைப் பற்றியோ மட்டுமே சிந்திக்கிறார். அவர் முதலில் தனது கணவரைப் பற்றியும், தனது தந்தை மற்றும் சகோதர சகோதரிகளைப் பற்றியும் சிந்தித்துவிட்டு, அவர்கள் எல்லோருக்கும் பின்னால் தன்னை வைக்கிறார். அவரது சொந்தக் கனவுகள் எங்கே இருக்கின்றன என்று நான் வியக்கிறேன். எதிர்காலமும் சம்பிரதாயங்களும் சூழ்நிலைகளும் அவரை மீண்டும் மீண்டும் சோதித்துக் கொண்டே இருந்தன. அவர் கவலைப்பட வேண்டியிருந்தது, விட்டுக்கொடுக்க வேண்டியிருந்தது, சேமிக்க வேண்டியிருந்தது, புதுமையாக யோசிக்க வேண்டியிருந்தது. ஆனால் தனது குடும்பத்தையும் தனது அன்புக்குரியவர்களையும் எந்தவொரு நெருக்கடியிலிருந்தும் வழிநடத்தி வெளிக்கொண்டு வருவதற்கான ஒரு வழியைக் கண்டுபிடிக்க அவர் ஒருபோதும் தவறியதே இல்லை. அவர் இதை அன்போடும் பரிவோடும் செய்த விதம் என் இதயத்தைத் தொடுவதாக இருந்தது.

எனது முதல் வழிகாட்டி:
அகமது ஜலாலுதீன்

ஒருசில குறிப்பிடத்தக்க நபர்கள் என் வாழ்வில் பல நெருக்கடியான சமயங்களில் தோன்றி, எனது சிந்தனைமுறையைச் செதுக்கியுள்ளனர் அல்லது மறுசீரமைத்துள்ளனர். சில சமயங்களில் என் வாழ்க்கையின் ஓட்டத்தையும் அவர்கள் மாற்றியுள்ளனர். இந்த நம்பிக்கையான வழிகாட்டிகளுக்கு நான் எப்போதும் நன்றியுடையவனாக இருக்கிறேன். ஒவ்வொரு நாளும் அவர்களை நான் மேலும் மேலும் நினைத்துப் பார்க்கிறேன். இவ்வுலகிலுள்ள எல்லா நேரமும் எனக்கு கிடைத்தால் நான் என்ன செய்வேன் என்பதை நான் அறிவேன். என் வாழ்க்கையை வடிவமைத்த இந்த மக்களை நினைவுபடுத்திப் பார்ப்பதில் நான் என் நேரத்தைச் செலவிடுவேன். உடலுக்குக் கதகதப்பூட்டுகின்ற சூரியனையும், நம்மை ஆலிங்கனம் செய்கின்ற காற்றையும் போன்றவர்கள் இவர்கள். என் வாழ்வில் அப்படிப்பட்ட ஒரு நபர் அகமது ஜலாலுதீன்.

என் தந்தை தன் பயணப் படகு வியாபாரத்திற்கான படகை உருவாக்கிக் கொண்டிருந்தபோது, அந்தக் கடற்கரையிலிருந்து என்னைப் பெயர்த்தெடுப்பது எனக்கு மேலும் மேலும் கடினமாக ஆனதை நான் கண்டேன். ராமேஸ்வரத்திலேயே தங்கி எனது தந்தைக்கு உதவிய ஜலாலுதீன்தான் படகின்மீது எனக்கு இருந்த ஆர்வத்தை முதலில் கவனித்தார். தங்கள் வேலைகளில் மும்முரமாக இருந்த மற்றப் பெரியவர்களைப் போலன்றி, ஜலாலுதீன் தினமும் என்னுடன் உரையாடுவதற்குச் சிறிது நேரத்தைச் செலவிட்டார். நாங்கள் படகின் உருவாக்கத்தைப் பற்றியும், எவ்வாறு அதற்கு வண்ணம் தீட்டப்பட வேண்டும் என்பது பற்றியும், இன்னும் செய்ய வேண்டியிருந்த மற்ற அனைத்து வேலைகளைப் பற்றியும் பேசினோம். அந்த நேரத்திலிருந்து, சிறுவனான எனக்கும் என்னைவிடப் பதினைந்து வயது பெரியவராக இருந்த, அறிவார்ந்த நபரான ஜலாலுதீனுக்கும் இடையே வழக்கத்திற்கு மாறான ஒரு நட்பு வளர்ந்தது.

எங்களது உரையாடல்கள் மெல்ல மெல்லப் பல்வேறு திசைகளில் சென்றன. நாட்கள் மாதங்களாக மாறி, வருடங்களாக உருண்டோடியபோது, ஜலாலுதீன் என் சகோதரி ஜொஹராவை மணந்து கொண்டார். அதன் பிறகு எங்களது உறவு இன்னும் ஆழமாக வளர்ந்தது. நாங்கள் இருவரும் சேர்ந்து செலவிட்ட நேரத்தைப் பற்றி எனக்கு மிகவும் தெளிவாக நினைவிருப்பது ராமேஸ்வரத்தைச் சுற்றி நாங்கள் மேற்கொண்ட நடைகள்தான். நாங்கள் கிட்டத்தட்ட ஒவ்வொரு நாளும், எங்கள் வீடு அமைந்திருந்த மசூதித் தெருவில் துவக்கிக் கடற்கரையை நோக்கி நடப்போம். அந்த நேரத்தில் புனித யாத்திரீகர்கள் கோவிலுக்கு வந்து கொண்டும் கோவிலிலிருந்து வெளியேறிக் கொண்டும் இருப்பதில் ஊர் மிகவும் சுறுசுறுப்பாக இருக்கும். ராமநாதசுவாமி கோவில்தான் எங்களது முதல் நிறுத்தமாக இருந்தது. கோவில் பிரகாரத்தை வலம் வந்து கொண்டிருக்கும் புனித யாத்திரீகர்களுடைய காலடிகளோடு எங்கள் காலடிகளும் சேர்ந்து கொள்ளும். அவர்கள் தங்கள் பிரார்த்தனைகளைக் கூறும்போது, ஒவ்வொரு சில அடிகளிலும் சிலர் மண்டியிட்டுத் தரையைத் தொட்டு வணங்குவர். மற்றவர்கள் தங்களது வயதான பெற்றோர்களோ அல்லது உறவினர்களோ தங்கள் பிரார்த்தனையைச் செய்வதற்கு அவர்களுக்கு உதவுவர். அப்போது எங்கள் எண்ணங்களும் ஆன்மீக விவகாரங்களை நோக்கித் திரும்பும். அச்சமயங்களில் எங்களது உரையாடல் பெரும்பாலும் கடவுளைப் பற்றியதாகவே இருக்கும்.

கடவுளுடனான ஜலாலுதீனின் உறவு, எனக்குத் தெரிந்து இறைவனிடம் என் தந்தை கொண்டிருந்த உறவிலிருந்து சற்று மாறுபட்டிருந்தது. என் தந்தை மிகுந்த தெய்வ பக்தி கொண்ட ஒருவர். வழிபாட்டின் ஒவ்வொரு விதியையும் அவர் தவறாமல் கடைபிடித்து வந்தார். சடங்குரீதியாக மட்டுமன்றி, கடவுளின் தேவையை அவர் தன் மனத்திலும் ஆழமாக உணர்ந்திருந்தார். சுவாசிப்பதையும் சாப்பிடுவதையும்போலவே தொழுவதும் பிற அனைத்து விதமான பிரார்த்தனைகளைச் செய்வதும் அவரது வாழ்வின் ஒரு முக்கியப் பகுதியாக இருந்தது. ஜலாலுதீனும் ஆழ்ந்த சமயப் பற்றும் அர்ப்பணிப்பும்

கொண்டவர்தான். ஆனால், அவரைப் பொறுத்தவரை, கடவுள் அவருக்கு ஒரு நண்பரைப்போல இருந்தார். அவர் கடவுளிடம் பேசினார். உயிருடன் இருக்கும் ஒருவருடன் எவ்வாறு நாம் உரையாடுவோமோ, அதுபோல ஜலாலுதீன் தன் பிரச்சனைகள் அனைத்தையும் கடவுளிடம் எடுத்துரைத்தார். தனது மனக்குழப்பங்களைப் பற்றிக் கடவுளிடம் தான் பேசினால், கடவுள் கண்டிப்பாக அதற்கு ஒரு தீர்வைக் கொடுப்பார் என்று அவர் நம்பினார். கோவிலுக்கு வந்த யாத்திரீகர்களுடன் நாங்கள் சேர்ந்து நடந்தபோது, அவர்கள் தங்கள் சடங்குகளைச் செய்வதை நான் கவனித்தேன். அதே நேரத்தில், ஜலாலுதீன் கூறியவற்றையும் கவனமாகக் காதுகொடுத்துக் கேட்டேன். என் மனத்தில் இவ்விரு சமய நம்பிக்கைகளும் ஒன்றரக் கலந்தன. ராமேஸ்வரத்தின் இந்தச் சலனமற்றச் சூழலில், விசுவாசமிக்க பக்தர்கள் இத்தனைப் பேர் வெவ்வேறு மொழிகளில் கூறிய, பல்வேறு சமய நம்பிக்கைகளிலிருந்து பிறந்த பிரார்த்தனைகள் வெவ்வேறு கடவுள்களைச் சென்று அடைந்து கொண்டிருந்தன என்பது சாத்தியம்தானா என்ற கேள்வி என்னுள் எழுந்தது. நிச்சயமாக அது சாத்தியமில்லை என்றே எனக்குப் பட்டது. எல்லோருடைய பிரார்த்தனைகளையும் ஒரே ஒரு பொதுவான கடவுள்தான் செவிமடுத்துக் கொண்டிருந்தார் என்று நான் உறுதியாக நம்பினேன். கடவுளை எல்லா இடங்களிலும் பார்ப்பதற்குத் தன்னை அனுமதித்த ஒரு தனிச்சிறப்பான தொடர்பை என் நண்பர் ஜலாலுதீன் கடவுளிடம் வைத்திருந்தார் என்றும், அதுதான் கடவுளிடம் தாராளமாகப் பேசுவதற்கு அவரை அனுமதித்தது என்றும் நான் நம்பினேன்.

ஜலாலுதீன் தன் குடும்பத்திற்காகச் சம்பாதிக்க வேண்டியிருந்த காரணத்தால் சிறு வயதிலேயே அவர் ஒரு வேலையில் சேரும்படி ஆயிற்று. இதனால் அவர் தனது பள்ளிப்படிப்பைப் பாதியிலேயே நிறுத்தினார். ஆனாலும், ராமஸ்வரத்தில் இருந்த, ஓரளவு ஆங்கில அறிவு பெற்ற ஒருசிலரில் அவரும் ஒருவராக இருந்தார். அவரால் ஆங்கிலத்தில் படிக்கவும் எழுதவும் முடிந்ததால், தங்களது விண்ணப்பங்களைப் பூர்த்தி செய்து கொடுக்குமாறும், வேறு பிற அதிகாரபூர்வமான கடிதங்களைத் தங்களுக்காக எழுதிக் கொடுக்குமாறும் ஊர் மக்கள் அவரிடம்

படையெடுத்ததால் அவர்களிடையே அவருக்கு ஏகப்பட்டக் கிராக்கி இருந்தது. ஊர் மக்கள் அவரை மரியாதையோடு நடத்திய விதத்தைக் கண்ட நானும் அவரைப்போலவே ஆகவும், முடிந்த அளவுக்குப் படிக்கவும் விரும்பினேன். மற்றவர்களோடு ஒப்பிடுகையில் அவரது கல்விப் பின்புலம் சற்றுச் சிறப்பானதாக இருந்ததால்தானோ என்னவோ, எனக்குள் ஊற்றெடுத்துப் பாய்ந்து கொண்டிருந்த அளப்பரிய ஆர்வத்தையும் அறிவுத் தாகத்தையும் கண்டுகொண்ட முதல் ஒருசிலரில் ஜலாலுதீனும் ஒருவராக இருந்தார்போலும்! அந்த நாட்களில், எல்லாவற்றையும் பற்றி அதிகமாகக் கற்றுக் கொள்வதற்கான தணியாத ஆர்வம் என்னிடம் இருந்தது. அவர் என் கேள்விகளைத் தொடர்ந்து ஊக்குவித்து வந்தார். நான் அவரை அதிகமான கேள்விகளால் துளைத்தெடுத்தபோதிலும், தான் கைவசப்படுத்தியிருந்த அறிவைக் கொண்டு அவர் தன்னால் இயன்ற அளவுக்கு என் கேள்விகளுக்குப் பொறுமையாக பதில் கூறினார். இயற்கை, விண்வெளி, அறிவியல் கண்டுபிடிப்புகள், புத்தகங்கள், பிரபலமான நபர்கள் என்று, எங்கள் அன்றாட வாழ்க்கைக்கு அப்பால் இருந்த பல விஷயங்களைப் பற்றிப் பேசியதன் மூலம் அவர் என் கண்களைத் திறந்தார்.

"எது நமது ஆளுமைகளை உருவாக்குகிறது? சுற்றுச்சூழல் அதில் எந்த அளவு முக்கியப் பங்கு வகிக்கிறது? நமது ஆளுமையில் எவ்வளவு நமக்குள் இயல்பாகப் பிறக்கிறது?" போன்றவை பற்றி நான் அடிக்கடி யோசித்திருக்கிறேன். நான் என் வாழ்க்கையைத் திரும்பிப் பார்த்தால், எனக்கு நெருக்கமாக இருந்தவர்களிடமிருந்து எனக்குள் ஊடுருவிய குறிப்பிட்டப் பண்புநலன்களை என்னால் மிக எளிதாகச் சுட்டிக்காட்ட முடியும். என் பெற்றோர்களிடமிருந்து நேர்மையையும் சுயஒழுங்கையும் விசுவாசத்தையும் அன்பையும் நான் கற்றேன். ஜலாலுதீன், சம்சுதீன் ஆகிய எனது நெருங்கிய நண்பர்களிடமிருந்து, ஒவ்வொரு மனிதனும் தனிச்சிறப்பு வாய்ந்த ஏதோ ஒன்றைத் தனக்குள் சுமந்து திரிகிறான் என்ற உண்மையை அங்கீகரிக்கக் கற்றுக் கொண்டேன். இவர்கள் இருவரும்தான் எனக்குள் இருந்த சுடரைப் பார்த்து, என்னை ஊக்குவித்ததன் மூலம் அதைப் பேணி

வளர்த்தனர். அவர்கள் நவநாகரீகமானவர்கள் அல்ல. மாறாக, வாழ்க்கை குறித்த ஒரு நேரடியான, உள்ளுணர்வுரீதியான அணுகுமுறை அவர்களிடம் குடிகொண்டிருந்தது. என் கேள்விகளையும் லட்சியங்களையும் நான் வெளிப்படுத்துவதற்கு முன்பாகவே அவர்கள் அவற்றைத் தெரிந்து கொண்டிருந்தனர். அதனால் இவற்றை எனக்குள்ளிருந்து வெளிக்கொணர்ந்து, என் வாழ்வின் இலக்குகளை நான் நிர்ணயிப்பதற்கு அவர்களால் எனக்கு உதவ முடிந்தது.

ராமநாதபுரத்தில் ஒரு பெரிய பள்ளியில் நான் என் படிப்பைத் தொடர விரும்பியபோது, ஜலாலுதீன்தான் அதற்கான ஏற்பாடுகளைச் செய்து, அங்கு என்னுடன் வந்து, அங்கிருந்த ஷ்வார்ட்ஸ் உயர்நிலைப் பள்ளியில் நான் நல்லவிதமாகக் காலூன்றிக் கொள்வதற்கு எனக்கு உதவினார். தான் வளர்ந்து வந்த ஊருக்கு வெளியே இருக்கும் எதைப் பற்றியும் தெரிந்திருக்காத சிறுவனான எனக்கு, ராமநாதபுரம்கூட ஒரு மிகப் பெரிய மாற்றமாக இருந்தது. என் குடும்பத்தார், எனக்குப் பரிச்சயமான சூழல்கள், என் தாயார், அவரது சமையல் ஆகியவற்றைக் குறித்து நான் ஏங்கத் துவங்கினேன். அந்த நேரத்தில் நேர்மறைச் சிந்தனையின் சக்தியை என்னுள் விதைத்தவர் ஜலாலுதீன்தான். ஒரு சிறந்த கல்வியைப் பெற வேண்டும் என்ற எனது விருப்பத்தை நான் நிறைவேற்ற விரும்பினால், இத்தகைய உணர்ச்சிகளை நான் கட்டுப்படுத்த வேண்டியது அவசியம் என்று அவர் என்னிடம் கூறினார். எப்போதெல்லாம் எனக்கு என் வீட்டைப் பற்றிய நினைவு வந்ததோ, எப்போதெல்லாம் நான் மிகவும் வருத்தமடைந்தேனோ, அப்போதெல்லாம் அவரையும் அவருடைய வார்த்தைகளையும் நான் நினைத்துக் கொண்டேன். எனக்குப் பரிச்சயமில்லாத மாணவர் விடுதி வாழ்க்கையில் மூழ்கி முத்தெடுப்பதற்கு எனக்குத் தேவைப்பட்டத் துணிச்சலை அவை எனக்குக் கொடுத்தன.

நான் பெரியவனாக வளர்ந்து எனது நடவடிக்கைகளை எனது முழுக் கட்டுப்பாட்டிற்குள் கொண்டு வரும்வரை, என் வாழ்வின் ஒவ்வொரு நிலையிலும் ஜலாலுதீன் என்னுடன் தொடர்ந்து நடந்து வந்தார். நான் தடுமாறியபோது அவர் என்னைக் கை தூக்கிவிட்டார்.

என்னால் தொடர்ந்து முன்னேறிச் செல்ல முடியாமல் போனபோது அவர் என்னை ஊக்குவித்தார். புற உலகில் முதன்முதலில் நான் தன்னந்தனியாகக் காலெடுத்து வைத்தபோது அவர் எனக்குப் பக்கத் துணையாக நின்றார். மும்பையில் உள்ள சான்டாகுரூஸ் விமான நிலையத்திற்கு அவரும் சம்சுதீனும் என்னுடன் வந்த நாளை என்னால் எப்படி மறக்க முடியும்? ஏனெனில், இருபது வருடங்களுக்கு முன்பு ராமேஸ்வரத்தில் யாருமே கற்பனை செய்து பார்த்திராத ஒன்றை நான் செய்யவிருந்தேன். ஓர் ஆறுமாதப் பயிற்சித் திட்டத்தில் கலந்து கொள்வதற்காக அமெரிக்காவிலுள்ள 'நாசா'விற்கு நான் செல்லவிருந்தேன். நான் அப்போது ஒரு பொறியாளராக ஆகிவிட்டிருந்தேன். இந்திய தேசிய விண்வெளி ஆய்வுக் குழு என்னை ஒரு ராக்கெட் பொறியாளராக ஏற்றுக் கொண்டிருந்தது.

சான்டாகுரூஸ் விமான நிலையத்தில் ஜலாலுதீனும் சம்சுதீனும் என்னை வழியனுப்பி வைத்தனர். வெளிநாட்டிற்குப் பயணிப்பது குறித்து நான் கொண்டிருந்த பயம், மும்பை போன்ற ஒரு பெரிய நகரத்தில் இருப்பது குறித்து அவர்கள் கொண்டிருந்த கவலையில் பிரதிபலித்தது. ஆனாலும் அவர்கள் தங்கள் கண்ணியத்தை ஒரு கவசம்போலத் தங்கள்மீது சுமந்து திரிந்தனர். விமான நிலையத்தின் வாசலில் நான் அவர்களிடம் விடைபெற்றுக் கொண்டதும், அவர்களது நேர்மறைத்தன்மையும் நன்னம்பிக்கையும் அலைகளென என்னை வந்தடைந்ததை நான் உணர்ந்ததும் என் நினைவுக்கு வருகின்றன. என்னில் இருந்த நல்லவற்றை மட்டுமே பார்த்தவர்கள் அவர்கள். நான் எப்போதும் சரியான பாதையையே பின்தொடர்ந்து செல்வேன் என்று என்மீது அவர்கள் அதீத நம்பிக்கை கொண்டிருந்தனர். விமான நிலையத்தில் நின்று கொண்டிருந்த நான் அவர்கள்மீது கொண்டிருந்த அன்பால் உணர்ச்சிவசப்பட்டேன். கண்ணீர் என் கண்களை நிரப்பியது. கண்ணீருக்கு இடையே என் பார்வை தொடர்ந்து அவர்கள்மீது நிலைத்து நின்றபோது, ஜலாலுதீன் என்னிடம், "அப்துல், நாங்கள் எப்போதும் உன்னை நேசித்து வந்திருக்கிறோம். எங்களுக்கு உன்மீது வானளாவிய நம்பிக்கை இருக்கிறது. நாங்கள் எப்போதுமே உன்னைக் குறித்துப் பெருமிதம் கொள்வோம்," என்று கூறினார். அந்த

ஊக்குவிப்பு வார்த்தைகளை என்னால் எப்படி மறக்க முடியும்?

ஜலாலுதீன் என் கைகளைப் பிடித்துக் கொண்டு இவ்வுலகில் நடக்க எனக்குக் கற்றுக் கொடுத்ததோடு மட்டுமன்றி, எப்படி வாழ வேண்டும் என்பதையும் எனக்குக் கற்றுக் கொடுத்தார் என்று நான் இப்போது திரும்பிப் பார்க்கிறேன். அவரது தாக்கம் எனும் குடையின் கீழே நான் எனது சொந்த யோசனைகள் மற்றும் படைப்புச் சிந்தனைமுறையைக் கொண்ட ஒரு மனிதனாக உருவெடுத்தேன். அவரது அந்தத் தாக்கம், அவரைவிட்டும் என் குடும்பத்தினரைவிட்டும் நான் வெகுதூரம் சென்று, இவ்வுலகில் எனக்கான பாதையை நான் வகுத்துக் கொண்ட பிறகும்கூட என்னுள் தொடர்ந்து இருந்து வந்துள்ளது. செம்மையான வாழ்வின் வழிமுறைகளை எனக்குக் கற்றுக் கொடுத்திருந்த அவர், வாழ்வின் மிகக் கடுமையான, மிக நிரந்தரமான ஒன்றான இறப்பைப் பற்றி மட்டும் எப்படி எனக்குக் கற்றுக் கொடுக்காமல் போயிருந்தார்?

இந்திய விண்வெளி ஆராய்ச்சி நிறுவனத்திற்காக எஸ்எல்வி—3 ராக்கெட் பணித்திட்டத்தில் நான் வேலை செய்து கொண்டிருந்தபோது, எனது நண்பரும் வழிகாட்டியுமான ஜலாலுதீன் காலமாகிவிட்டதாக ஒருநாள் எனக்குச் செய்தி வந்தது. அது என்னை ஆழ்ந்த அதிர்ச்சிக்கு உள்ளாக்கியது. ஜலாலுதீனுக்கு அது காலமாகக்கூடிய வயது அல்ல. அச்செய்தி எனக்குக் கிடைத்தபோது நான் ஊமையானேன். இது எப்படி நிகழ்ந்திருக்க முடியும்? நாம் எல்லோரும் உயிரோடு இருக்கும்போது இவர் மட்டும் எப்படி இறந்து போனார்? அதிர்ச்சியில் நான் பேசிய வார்த்தைகள் அர்த்தமற்றவையாக இருந்தன என்பது எனக்கு நினைவிருக்கிறது.

திறந்த சன்னல்கள் வழியாகக் காற்று வீசிக் கொண்டிருக்க, மக்கள் கூட்டம் அலைமோத, உள்ளூர்ச் சாலைகளில் உறுமிக் கொண்டும் சீறிக் கொண்டும் சென்ற பேருந்துகளில் நான் எங்கள் ஊருக்குத் திரும்பிச் சென்றபோது, சக பயணிகளின் இடைவிடாத பேச்சிற்கு இடையே நான் முற்றிலும் தனிமையில் இருந்ததாக

உணர்ந்தேன். நமது குழந்தைப்பருவத்து நினைவுகளை நமக்குப் பின்னால் விட்டுச் செல்ல வேண்டிய ஒரு காலகட்டம் நம் ஒவ்வொருவருடைய வாழ்விலும் வரும் போலும்! இது அதற்கான என்னுடைய முறை. ஜலாலுதீனோடு கூடவே, என்னில் ஒரு பகுதியும் காணாமல் போனது. வழிநடத்தப்பட வேண்டியிருந்த, டஜன் கணக்கில் கேள்விகள் கேட்ட, தான் என்ன செய்தாலும் தன் கைகளைப் பிடித்துக் கொண்டு தன்னை வழிநடத்துவதற்கு இரண்டு அன்பான கரங்கள் எப்போதும் தயாராக இருந்தன என்பதை அறிந்திருந்த அச்சிறுவன் என்றென்றைக்குமாக மறைந்துவிட்டான். நான் என் கண்களை மூடியபோது, கடந்தகாலக் காட்சிகள் அவற்றில் பளிச்சிட்டன. நான் ராமநாதபுரம் செல்வதற்குப் புறப்பட்டது, என் புத்தகங்களை வாங்குவதற்கு ஜலாலுதீன் பணத்திற்கு ஏற்பாடு செய்தது, சான்டாகுரூஸ் விமான நிலையத்தில் கண்களில் கண்ணீர் வழிய அவர் நின்று கொண்டிருந்தது ஆகியவை வரிசையாக என் கண்முன்னே வந்து போயின. ஜலாலுதீனின் கண்களில் வழிந்து கொண்டிருந்த கண்ணீர், ஒரு குழந்தையை உண்மையிலேயே நேசித்து வளர்த்து வந்தவர்களால் மட்டுமே உணரப்படக்கூடிய, தாளமுடியாத பெருமித்ததால் ஏற்படுகின்ற கண்ணீராகும். எங்களது சிறிய ஊரின் மணல் நிறைந்த கடற்கரைகளில் என்னுடன் நடந்து கொண்டே வானில் இருந்த நட்சத்திரங்களையும் நிலவையும் சுட்டிக்காட்டி, சூரியன் இறுதியில் கடலுக்குள் மூழ்கும்போது அது எங்கே போகிறது என்பதை அவர் எனக்கு விளக்கியதை என் மனக்கண்ணில் பார்த்தேன்.

நான் எங்கள் வீட்டைச் சென்றடைந்தபோது எனது சகோதரி தாளமுடியாத துயரில் இருந்ததைக் கண்டேன். அவரது சிறிய வயது மகள் மெஹபூப்பும் அவருடன் இருந்தாள். உரிய காலத்திற்கு முன்பே அக்குழந்தை தன் தந்தையைக் காலனுக்குப் பறி கொடுத்துவிட்டிருந்தாள். பிறகு நான் என் தந்தையைச் சந்தித்தேன். அவருக்கு இப்போது நூறு வயது ஆகியிருந்தது. ஆனால் அவருக்கு உண்மையிலேயே வயதாகிவிட்டிருந்ததாக முதன்முறையாக அப்போதுதான் எனக்குத் தோன்றியது. தன் மருமகனை இழந்தது குறித்த வருத்தம் அவருக்குள் எதையோ

கிளறிவிட்டிருந்ததுபோலத் தோன்றியது. நாங்கள் எங்கள் அன்புக்குரிய ஜலாலுதீனின் இறுதிச் சடங்குகளைச் செய்தோம். இவ்வளவு நடந்து கொண்டிருந்தபோதும் என் கண்களில் ஒரு துளிக் கண்ணீர்கூட வரவில்லை. நான் பல குழப்பமான நினைவுகளுக்கிடையே ஒரு பிரமையில் நடந்து கொண்டிருந்தது போலிருந்தது.

ஜலாலுதீனின் உடலைப் புதைத்தப் பிறகு, தனது தள்ளாத வயதிலும் வாழ்க்கை குறித்து மிகச் சீரிய கண்ணோட்டத்தைக் கொண்டிருந்த என் தந்தை என் கைகளைப் பிடித்துக் கொண்டு, தன் பக்கத்தில் என்னை அமரச் செய்தார். அவரும் அழுதிருக்கவே இல்லை என்பதை அப்போதுதான் முதன்முறையாக நான் கவனித்தேன். அவர் என்னிடம், "அப்துல், கடவுள் எப்படி நிழல்களை வலிமைப்படுத்துகிறார் என்பதை நீ கவனித்திருக்கிறாயா? அவர் விரும்பியிருந்தால், அவற்றை நிரந்தரமானவையாக அவரால் ஆக்கியிருக்க முடியும். ஆனால் அவர் சூரியனை அவற்றின் வழியாட்டியாக ஆக்கி, மெல்ல மெல்ல அவற்றின் அளவைக் குறைக்கிறார். நாம் ஓய்வெடுப்பதற்காகக் கடவுள் இரவைப் படைத்துள்ளார். அவர் ஜலாலுதீனை ஒரு நீண்ட, கனவுகளற்ற, முழுமையான உறக்கத்திற்கு அனுப்பி வைத்துள்ளார். அல்லாவின் விருப்பமின்றி எதுவும் நிகழ்வதில்லை. நாம் அவர்மீது முழுமையான நம்பிக்கையையும் விசுவாசத்தையும் வைக்க வேண்டும்," என்று கூறினார்.

நான் ஆற அமர்ந்து, என் தந்தையின் அறிவார்ந்த வார்த்தைகளை அசைபோட்டேன். மரணம் என்பது நாம் பயப்பட வேண்டிய ஒன்று அல்ல! மரணத்தை நான் அந்தக் கண்ணோட்டத்தில் ஒருபோதும் பார்த்ததில்லை. ஆனாலும் மரணம் கொண்டு வருகின்ற வருத்தத்தை அவ்வளவு எளிதாக உதறிவிட முடியாது. நமது வேளை வரும்போது நாமும் இப்புவியைவிட்டுப் போகத்தான் போகிறோம். ஆனால், தன் குழந்தைகள் வளர்ந்து பெரியவர்களாக ஆவதைப் பார்க்காத, அவர்களுக்குத் திருமணமாவதைப் பார்க்காத, அல்லது தங்களது பேரன் மற்றும் பேத்திகளோடு விளையாடாத, ஜலாலுதீனைப் போன்ற சிலர் மற்றவர்களைவிடச் சிறிது முன்னதாகப் போகும்போது, இதயத்தை முழுவதுமாகச் சூழ்ந்து கொள்கின்ற அந்த

வருத்தம், ஒருவர் தன்னைத் தேற்றிக் கொண்டு தொடர்ந்து வாழ வேண்டிய ஒரு நிதர்சனமாகும்.

எனது நண்பர் அகமது ஜலாலுதீன் பலருக்கு மிகச் சாதாரணமான ஒரு நபராக இருக்கலாம். ஆனால் எனது நண்பரும் நம்பிக்கைக்குரிய வழிகாட்டியுமாக விளங்கிய ஜலாலுதீன் மிகச் சிறந்த ஒரு மனிதராகவும் திகழ்ந்தார். தனது அன்பு, எளிமை, மற்றும் புரிதலின் சக்தியைக் கொண்டு அவர் தன்னைச் சுற்றி இருந்தவர்களிடம் நேர்மறையான மாற்றத்தை ஏற்படுத்தி, அவர்களது மனங்களைச் செதுக்கினார். இந்நாட்டின் ஒவ்வொரு நகரத்திலும் ஒவ்வொரு கிராமத்திலும் இவரைப் போன்ற அற்புதமான நபர்கள் நிச்சயமாக இருக்கின்றனர். எனக்கு நெருக்கமான ஒருவராக அவர் அமைந்தது என் அதிர்ஷ்டம். நான் இப்போது அடைந்திருக்கும் ஒரு நிலையை அடைய என்னைத் தயார்படுத்தும் விதத்தில் என் கரங்களைப் பற்றி அவர் என்னை வழிநடத்தினார்.

நான்
தோல்வியைத்
தழுவியபோது

எனது நீண்ட, துடிப்பான வாழ்வில், நான் பல உயர்ந்த வெற்றிகளை அடைந்திருக்கிறேன். அறிவியல் மற்றும் தொழில்நுட்பத் துறைகளில் நம் தேசத்தின் வளர்ச்சிக்குப் பங்காற்றியுள்ள பணித்திட்டங்களில் நான் பங்கு கொண்டிருக்கிறேன். நாட்டின் மிக உயர்ந்த பதவியை வகித்த அரிய வாய்ப்பும் எனக்குக் கிடைத்துள்ளது. பின்னால் திரும்பிப் பார்ப்பதற்குப் பல சாதனைகளும் இருக்கின்றன. அவற்றில் சில சாதனைகள் நானே சொந்தமாகச் சாதித்தவை, வேறு சில சாதனைகள் மிகச் சிறந்த திறமை பெற்றக் குழுக்களுடன் சேர்ந்து நிகழ்த்தியவையாகும். ஆனாலும், தோல்வி எனும் கசப்பு மருந்தைச் சுவைக்காமல் ஒருவரால் வெற்றிக் கனியைப் போதுமான அளவு ருசிக்க முடியாது என்று நான் உறுதியாக நம்புகிறேன். தோல்வி உடனழைத்து வருகின்ற மனச்சோர்வு எனும் குழிக்குள் நான் வெறித்துப் பார்த்துள்ளபோது, நாணயத்தின் இரண்டு பக்கங்களையும் நான் பார்த்திருக்கிறேன், வாழ்வின் மிகக் கடினமான பாடங்களை நான் கற்றிருக்கிறேன். இப்படிப்பினைகளை மீண்டும் நினைவுபடுத்தி அசை போட்டுப் பார்ப்பது மதிப்பான விஷயம்தான். ஏனெனில் பல கடினமான சூழ்நிலைகளிலிருந்து நான் மீள்வதற்கு அவை எனக்கு உதவியுள்ளன.

என் வாழ்வில் அப்படிப்பட்ட ஆரம்பகால நிகழ்வுகளில் ஒன்று நான் மெட்ராஸ் தொழில்நுட்ப நிறுவனத்தில் வானூர்திப் பொறியியல் பயின்று கொண்டிருந்த ஒரு மாணவனாக இருந்தபோது நிகழ்ந்தது. அங்கு எனது வடிவமைப்பு ஆசிரியராக இருந்த பேராசிரியர் ஸ்ரீனிவாசன் அக்கல்லூரியின் தலைவராகவும் இருந்தார். ஒருமுறை, நான்கு மாணவர்கள் அடங்கிய குழுக்களாக நாங்கள் பிரிக்கப்பட்டோம். தாழப் பறக்கும் தாக்குதல் விமானம் ஒன்றை எங்கள் குழு வடிவமைக்க வேண்டியிருந்தது. அது குறித்தக் காற்றியக்க

வடிவமைப்பிற்கு நான் பொறுப்பேற்றிருந்தேன். நாங்கள் பல வாரங்களாகக் கடினமாக உழைத்தோம். எனது குழுவில் இருந்த மற்றவர்கள், உந்து சக்தி, கட்டமைப்பு, கட்டுப்பாடு, கருவிமயமாக்கல் போன்ற, விமானத்தின் பிற அம்சங்களை வடிவமைத்துக் கொண்டிருந்தனர். எங்களது மற்றப் பயிற்சித் திட்ட வேலைகள் அனைத்தும் அந்த நேரத்தில் முடிந்துவிட்டிருந்ததால், எங்களுடைய யோசனைகளைப் பற்றி விவாதிப்பதிலும் அவற்றை ஆய்வு செய்வதிலும் நாங்கள் பல மணிநேரங்களைச் செலவிட்டோம். எங்களுடைய பணித்திட்டத்தைக் கொண்டு எங்கள் பேராசியர்களை பிரமிக்கச் செய்ய வேண்டும் என்பதில் நாங்கள் அனைவரும் குறியாக இருந்தோம். எங்கள் திட்டம் எப்படிச் சென்றது என்று அவர்கள் தொடர்ந்து கண்காணித்துக் கொண்டிருந்தனர். ஒருசில நாட்களுக்குப் பிறகு, நான் உருவாக்கியிருந்த வடிவமைப்பைத் தான் பார்க்க விரும்பியதாகப் பேராசிரியர் ஸ்ரீனிவாசன் என்னிடம் கூறினார். அதை நான் அவரிடம் காட்டியபோது, அவர் அதைத் தனக்கே உரிய விமர்சனப் பார்வையோடு ஆய்வு செய்தார். அவரது தீர்ப்பைக் கேட்பதற்கு நான் மூச்சுவிட மறந்து அவரருகே காத்து நின்றேன். தனக்கு முன்னால் விரித்து வைக்கப்பட்டிருந்த காகிதத்தை அவர் பார்த்தபோது, அவரது புருவங்கள் சுருங்கிய விதம் இன்றும் எனக்கு நினைவிருக்கிறது. பிறகு அவர் தன்னை நேராக்கிக் கொண்டார். அதன் பிற்கு அவரது வாயிலிருந்து வந்த வார்த்தைகள் என்னை அதிர்ச்சியடையச் செய்தன. "கலாம், இது போதுமான அளவு சிறப்பானதாக இல்லை," என்று அவர் கூறினார். அவர் என்னைக் கடுமையாகப் பார்த்தபடி, "நான் இதைவிடச் சிறப்பாக உன்னிடமிருந்து எதிர்பார்த்தேன். இது அவ்வளவு வசீகரமான வேலைப்பாடு அல்ல. உன்னைப் போன்ற திறமையான ஒருவன் இப்படிப்பட்ட ஒன்றை உருவாக்கியிருப்பது எனக்கு ஏமாற்றத்தை ஏற்படுத்துகிறது," என்று கூறினார். நான் வாயடைத்துப்போய் அவரையே வெறித்துப் பார்த்துக் கொண்டிருந்தேன். நான் எப்போதும் என் வகுப்பில் தலைசிறந்த மாணவனாக இருந்து வந்திருந்தேன். எந்தவொரு காரணத்திற்காகவும் எந்தவோர் ஆசிரியரிடமும்

நான் ஒருபோதும் எந்தப் பிரச்சனைக்கும் ஆளானதில்லை. இந்த தர்மசங்கடமான உணர்வும் அவமானமும் எனக்கு ஒரு புதிய அனுபவமாக இருந்தது. அதை என்னால் சகித்துக் கொள்ள முடியவில்லை. அப்பேராசிரியர் இன்னும் கூடுதலாகத் தன் தலையை ஆட்டிவிட்டு, நான் எனது அனுமானங்களை மீண்டும் முதலிலிருந்து சிந்தித்து, ஒட்டுமொத்த வடிவமைப்பையும் மீண்டும் முதலிலிருந்து செய்ய வேண்டும் என்று என்னிடம் கூறினார். நான் அவமானத்துடன் அதை ஒத்துக் கொண்டேன். அதன் பிறகு அவர் அடுத்த மோசமான செய்தியைப் போட்டு உடைத்தார். நான் அந்த வடிமைப்பு வேலையை மீண்டும் செய்ய வேண்டியிருந்ததோடு மட்டுமல்லாமல், அதை மூன்றே நாட்களில் செய்து முடிக்க வேண்டியிருந்தது! "தம்பி, இது வெள்ளிக்கிழமை மதிய நேரம். திங்கட்கிழமை மாலைக்குள் குறையற்ற ஓர் அமைப்பு வடிவத்தை நான் பார்க்க வேண்டும். உன்னால் அதைச் செய்ய முடியவில்லை என்றால், உன்னுடைய கல்வி உதவித் தொகை நிறுத்தப்பட்டுவிடும்," என்று அவர் கூறினார். இப்போது நான் மேலும் அதிகமாக வாயடைத்து நின்றேன். கல்வி உதவித் தொகை கிடைத்ததால் மட்டுமே என் கல்லூரிப் படிப்பு எனக்குக் கட்டுப்படியாகிக் கொண்டிருந்தது. அது மட்டும் இல்லையென்றால் நான் என் படிப்பைப் பாதியிலேயே நிறுத்த வேண்டியதுதான். எனது சொந்த லட்சியங்களும், எனது பெற்றோர், எனது சகோதரி மற்றும் ஜலாலுதீன் ஆகியோர் என்னைக் குறித்துக் கொண்டிருந்த கனவுகளும் என் கண்முன்னே பளிச்சிட்டுவிட்டு, வெகுதூரத்தில் எங்கோ சென்று மறைந்துவிட்டதுபோலத் தோன்றியது. எனது எதிர்காலத்தை இவ்வளவு இருள் சூழ்ந்ததாக ஆக்கக்கூடிய சக்தி எனது பேராசிரியரின் ஒருசில வார்த்தைகளுக்கு இருந்தது என்பதை என்னால் நினைத்துப் பார்க்க முடியவில்லை.

நான் நேராகச் செயலில் இறங்கினேன். என்னை நிரூபிப்பதென்று நான் உறுதி பூண்டேன். அன்றிரவு நான் சாப்பிடவில்லை. இரவு முழுவதும் நான் என் வரைபடத்தின் முன்பாகவே அமர்ந்திருந்தேன். என் தலைக்குள்ளே மிதந்து கொண்டிருந்த எனது

வடிவமைப்பின் முந்தைய பாகங்கள் அனைத்தும் இப்போது திடீரென்று ஒன்றுதிரண்டு, நான் மேற்கொண்டு செயல்படுவதற்கு ஏற்ற வகையில் வடிவம் பெறத் துவங்கின. நான் ஒருமித்தக் கவனத்துடன் செய்த வேலை என் மனத்திலிருந்த குழப்பங்கள் அனைத்தையும் விலக்கியதுபோலத் தோன்றியது. அடுத்த நாள் காலைக்குள், நான் ஏதோ ஒன்றால் ஆட்டுவிக்கப்பட்ட ஒருவனைப்போலச் செயல்பட்டுக் கொண்டிருந்தேன். சாப்பிடுவதற்கும் குளித்து உடை மாற்றுவதற்கும் ஒரு சிறு இடைவேளையை எடுத்துக் கொண்டு, பிறகு மீண்டும் என் வேலையில் கவனம் செலுத்தினேன். ஞாயிற்றுக்கிழமை மாலைக்குள் என் வேலை கிட்டத்தட்ட முடிவடைந்திருந்தது. நான் பெருமைப்பட்டுக் கொள்ளக்கூடிய விதத்தில் அது ஒரு நளினமான, நேர்த்தியான வடிவமைப்பாக இருந்தது. அதற்கு இறுதிச் சுற்று மெருகேற்றல்களை நான் கொடுத்துக் கொண்டிருந்தபோது, என் அறைக்குள் வேறு யாரோ வந்திருந்த உணர்வு எனக்கு ஏற்பட்டது. என் பேராசிரியர் அங்கு தனது வெள்ளை நிற டென்னிஸ் உடையில் நின்று கொண்டிருந்தார். டென்னில் கிளப்பிற்குப் போய்விட்டுத் திரும்பி வரும் வழியில் அவர் என் அறைக்குள் வந்திருந்தார். அவர் எவ்வளவு நேரம் அங்கு நின்று என்னைப் பார்த்துக் கொண்டிருந்தார் என்று எனக்குத் தெரியாது. இப்போது எங்கள் கண்கள் சந்தித்துக் கொண்டபோது, அவர் சற்று முன்னால் வந்தார். என் வேலையைப் பல நிமிடங்கள் அவர் எடை போட்டார். பிறகு தன்னை நிமிர்த்திக் கொண்டு என்னைப் பார்த்துப் புன்னகைத்தார். நான் ஆச்சரியப்படும் விதத்தில் அவர் என்னைப் பிரியத்துடன் கட்டி அணைத்தார். பிறகு என் முதுகில் தட்டிக் கொடுத்துவிட்டு, "உன்னுடைய வேலையை அன்று நான் நிராகரித்தபோது, நான் உன்னை அதிக மன அழுத்தத்திற்கு ஆளாக்கியிருந்தேன் என்பதை நான் அறிவேன். சாத்தியமற்ற ஒரு காலக்கெடுவை நான் உனக்கு நிர்ணயித்தேன். ஆனாலும் அக்காலக்கெடுவை, மிகச் சிறப்பான ஒரு வடிவமைப்பை உருவாக்கியதன் மூலம் நீ வெற்றிகரமாக எதிர்கொண்டுவிட்டாய். உன் ஆசிரியர் என்ற முறையில், நீ உனது சொந்த ஆற்றலை உணர்ந்து கொள்ள உனக்கு

உதவுவதற்காக உனது எல்லைவரை நான் உன்னை உந்தித் தள்ள வேண்டியிருந்தது," என்று அவர் கூறினார். நான் இரண்டு நாட்களாக அனுபவித்தப் பெரும் மனச்சோர்விற்குப் பிறகு, அந்த வார்த்தைகள் என் காதுகளுக்குள் தேனாகப் பாய்ந்தன. அவ்வார்த்தைகள் என் உறுதியையும் தன்னம்பிக்கையையும் மீட்டுக் கொடுத்தன.

அன்று நான் இரண்டு பாடங்களைக் கற்றுக் கொண்டேன்: தனது மாணவனின் முன்னேற்றத்தைத் தன் மனத்தில் கொண்டுள்ள ஓர் ஆசிரியரால்தான் அம்மாணவனுக்கு மிகச் சிறந்த நண்பராக இருக்க முடியும். ஏனெனில், உங்களைச் சிறப்பாகச் செயல்பட வைப்பது எப்படி என்பதை அந்த ஆசிரியர் அறிவார். இரண்டாவதாக, சாத்தியமற்றக் காலக்கெடு என்று எதுவும் கிடையாது. நான் பல கடினமான பணித்திட்டங்களில் பணியாற்றியிருக்கிறேன். அவற்றில் சில பணித்திட்டங்களை, நாட்டின் மிக உயர்ந்த தலைவர்கள் கண்காணித்து வந்திருந்தனர். ஆனால் பேராசிரியர் ஸ்ரீனிவாசனின் தயவால் மெட்ராஸ் தொழில்நுட்ப நிறுவனத்தில் என் திறன்கள்மீது நான் பெற்ற மறுஉத்தரவாதம் என் வாழ்வில் பின்னாளிலும் எனக்கு உதவியது.

நான் மெட்ராஸ் தொழில்நுட்ப நிறுவனத்தில் என் படிப்பை முடித்தப் பிறகு, என் தொழில்வாழ்க்கை துவங்கியது. அங்கு அதைவிடக் கடினமான படிப்பினைகள் தொடரவிருந்ததை நான் அறிந்திருக்கவில்லை. முதலில், பெங்களூரில் இருந்த ஹிந்துஸ்தான் ஏரோனாட்டிக்ஸ் லிமிடெட் நிறுவனத்தில் நான் பயிற்சிப் பொறியாளராக வேலைக்குச் சேர்ந்தேன். விமானத்தைப் பற்றியும், அவற்றின் வடிவமைப்பு மற்றும் தொழில்நுட்பம் பற்றியும் அங்கு நான் ஏராளமானவற்றைக் கற்றேன். நான் ஒரு தொழில்முறை விமானியாக ஆக விரும்பினேன் என்பதை அப்போது நான் உறுதியாக அறிந்து கொண்டேன். அந்நிறுவனத்தில் பயிற்சியை முடித்துவிட்டு வானூர்திப் பொறியாளராக நான் பட்டம் பெற்று வெளிவந்தபோது, இரண்டு வேலை வாய்ப்புகள் எனக்குக் கிடைத்தன. ஒன்று விமானப் படையிலிருந்து வந்தது; இன்னொன்று தொழில்நுட்ப வளர்ச்சி மற்றும் உற்பத்தி இயக்குனரகத்தில் இருந்து வந்தது. இவ்விரண்டு இடங்களிலிருந்தும் நேர்காணலுக்கான

அழைப்புகள் எனக்கு வந்தன. விமானப் படைக்கான நேர்முகத் தேர்வு டேராடூனிலும், தொழில்நுட்ப வளர்ச்சி மற்றும் உற்பத்தி இயக்குனரகத்திற்கான நேர்முகத் தேர்வு புதுதில்லியிலும் நடைபெறவிருந்தன. மனத்தில் பெரும் நம்பிக்கையுடன் நான் அவற்றை எதிர்கொள்ளச் சென்றேன்.

ஒரு விமானத்தை நான் முதன்முதலில் மிக அருகில் சென்று பார்த்தது மெட்ராஸ் தொழில்நுட்ப நிறுவனத்தில் வைத்துதான். விமானத்தின் பல்வேறு அமைப்புகளை மாணவர்களுக்கு விளக்குவதற்காக, இரண்டு பழைய விமானங்கள் அங்கு வைக்கப்பட்டிருந்தன. அவற்றின்மீது எப்போதுமே எனக்கு ஒரு தனிச்சிறப்பான ஆர்வம் இருந்தது. நான் அவற்றின்பால் மீண்டும் மீண்டும் ஈர்க்கப்பட்டேன். மனிதன் தனது எல்லைகளைக் கடந்து சிந்திப்பதற்கும் தனது கனவுகளுக்குச் சிறகுகளைக் கொடுப்பதற்குமான அவனது திறனை அவை எனக்கு எடுத்துரைத்தன. விமானத்தில் பறப்பது குறித்து நான் கொண்டிருந்த ஆர்வம்தான் வானூர்திப் பொறியியலை நான் தேர்ந்தெடுத்துப் படிப்பதற்குக் காரணமாக இருந்தது. என்னால் பறக்க முடியும் என்ற நம்பிக்கையைக் காலப்போக்கில் நான் எனக்குள் உருவாக்கி வளர்த்திருந்தேன். வானில் மேலும் மேலும் உயரே எழும்பிக் கொண்டிருக்கும் ஓர் இயந்திரத்தைக் கட்டுப்படுத்துவதுதான் எனது மிக விருப்பமான கனவாக இருந்தது.

நேர்முகத் தேர்வுகளில் கலந்து கொள்வதற்காகச் சென்னையிலிருந்து வட இந்தியாவை நோக்கி நான் பயணித்தபோது, இக்கனவு என் மனத்தில் மீண்டும் மீண்டும் ஓடிக் கொண்டிருந்தது. ஒரு விமானியாக ஆக வேண்டும் என்ற என் கனவு இறுதியில் என் கைக்கெட்டும் தூரத்தில் இருந்தது. தமிழ்நாட்டிலிருந்து டேராடூனுக்கான எனது பயணம் புவியியல்ரீதியாக மட்டும் நீண்டதாக இருக்கவில்லை. எனது சாதாரணத் துவக்கத்திலிருந்து, விமானப்படை விமானி என்ற ரூபத்தில் இமய மலையின் அடிவாரத்தில் எனக்காகக் காத்துக் கொண்டிருந்த பரிசுவரை, நான் பயணிக்க வேண்டியிருந்த தூரத்தைக் கருத்தில் கொண்டபோதும் அது மிக நீண்டதொரு பயணமாகவே இருந்தது.

தொழில்நுட்ப வளர்ச்சி மற்றும் உற்பத்தி இயக்குனரகத்திற்கான நேர்முகத் தேர்வில் கலந்து கொள்வதற்காக நான் முதலில் புதுதில்லியில் தங்கினேன். நான் மிக உறுதியான நம்பிக்கையோடு இருந்தேன். நேர்முகத் தேர்வு சுலபமாக இருந்தது. என் அறிவு எல்லைகளை நான் வெகுதூரம் உந்தித் தள்ள வேண்டியிருக்கவில்லை. நான் ஒரு வாரத்தைப் புதுதில்லியில் செலவிட்டுவிட்டு, பிறகு விமானப்படைத் தேர்ந்தெடுப்பு மையத்தில் நடைபெறவிருந்த எனது அடுத்த நேர்முகத் தேர்வில் கலந்து கொள்வதற்காக டேராடூனுக்குப் பயணமானேன். இருபதுகளின் துவக்கத்தில் இருந்த ஓர் இளைஞன் என்ற முறையில், அந்த நேரத்தில், இப்பரந்த உலகில் நான் எவ்வாறு நடந்து கொள்ள வேண்டும் என்பது அப்போதுதான் எனக்குப் புரியத் துவங்கியிருந்தது என்பதை நான் இங்கு குறிப்பிட்டாக வேண்டும். நான் என் படிப்பிற்காக முதன்முதலில் ராமேஸ்வரத்திலிருந்து புறப்பட்டு வேறு பெரிய நகரங்களுக்குச் சென்றபோது, நான் மிகுந்த கூச்ச சுபாவம் கொண்டவனாகவும் எளிதில் வாய் திறந்து பேசாதவனாகவும் இருந்தேன். எனது ஆளுமையில் ஓரளவு உறுதியை உருவாக்கிக் கொள்வதற்கு நான் கடினமாக உழைக்க வேண்டியிருந்தது. அனைத்து விதமான பின்புலங்களைக் கொண்ட பல்வேறுபட்ட மக்களுடன் நான் கருத்துப் பரிமாற்றத்தில் ஈடுபட முயற்சித்ததன் மூலம் நான் அதைச் செய்தேன். அது சுலபமானதாக இருக்கவில்லை. பல சமயங்களில் நான் வெறுப்பும் ஏமாற்றமும் அடைந்தேன். ஆனாலும், நான் என் படிப்பை முடித்துவிட்டு ஒரு வேலை தேடப் புறப்பட்டபோது, எனது ஆளுமை சிறப்பாக உருவாக்கப்பட்டிருந்தது. எனது எண்ணங்களை ஆங்கிலத்திலும் தமிழிலும் போதுமான அளவுக்குச் சிறப்பாக எடுத்துரைப்பதற்கான திறனை நான் வளர்த்துக் கொண்டிருந்தேன்.

விமானப்படைத் தேர்ந்தெடுப்பு மையத்தில் நடைபெற்ற எனது நேர்முகத் தேர்வில் என்னிடம் கேட்கப்பட்டக் கேள்விகளுக்கு நான் விடையளிக்கத் துவங்கியபோது, தகுதிகள் மற்றும் பொறியியல் பின்புலத்தோடு கூடவே, நேர்முகத் தேர்விற்கு வந்திருந்தவர்களிடம் ஒரு குறிப்பிட்ட விதமான

'சாமர்த்தியத்தையும்' அவர்கள் எதிர்பார்த்தனர் என்பதை நான் உணர்ந்தேன். நேர்முகத் தேர்விற்கு வந்திருந்தவர்களிடம் திடகாத்திரமான உடற்கட்டையும் மிகவும் நேர்த்தியாகத் தங்களை வெளிப்படுத்திக் கொள்ளக்கூடிய திறமையையும் அவர்கள் தேடிக் கொண்டிருந்தனர். நேர்முகத் தேர்வை நான் என்னால் முடிந்த அளவுக்குச் சிறப்பாகச் செய்தேன். இந்த வேலையை நான் வெகுகாலமாகவும் மிக ஆழமாகவும் விரும்பி வந்திருந்தேன். இந்த வேலை எனக்குக் கிடைத்துவிடும் என்று நான் உறுதியாக இருந்த அதே நேரத்தில், நான் கவலையாகவும் பதற்றமாகவும் இருந்தேன். இறுதியில் முடிவுகள் அறிவிக்கப்பட்டன. இருபத்தைந்து நபர்கள் அடங்கிய அக்குழுவில் நான் ஒன்பதாவது இடத்தில் இருந்தேன். ஆனால் எட்டு இடங்கள் மட்டுமே காலியாக இருந்தன. ஒரு விமானப்படை விமானியாக ஆவதென்று நான் கொண்டிருந்த கனவை நனவாக்க முடியாமல் நான் தோற்றுப் போயிருந்தேன்.

என்ன நிகழ்ந்தது என்று புரிந்து கொள்ள நான் முயற்சித்தபோது என் இதயத்தில் ஏற்பட்ட வலி இன்னும் என் நினைவில் இருக்கிறது. நமக்கு மிகவும் பிடித்தமான ஓர் ஆழ்விருப்பம் சுக்குநூறாக உடையத் துவங்கும்போது, தனது கனவு முடிந்துவிட்டது என்ற யதார்த்தத்தை ஏற்றுக் கொள்ளும் முயற்சியில் ஒருவருக்குத் துயரமும் வெறுமையும் தவிர வேறு எதுவும் மிஞ்சுவதில்லை. நேர்முகத் தேர்வின் முடிவைப் பார்த்தப் பிறகு என்னால் என் அறைக்குள் இருக்க முடியவில்லை. என் அறையில் என்னைச் சுற்றி இருந்த சுவர்கள் அனைத்தும் சேர்ந்து என்னை நெருக்கித் தள்ளுவதுபோல நான் உணர்ந்தேன். புத்துணர்ச்சியூட்டும் காற்று எனக்குத் தேவைப்பட்டது. எனவே நான் வெளியே இருந்த திறந்த வெளிக்குச் சென்றேன். நான் சிறிது தூரம் நடந்த பிறகு ஒரு செங்குத்துப் பாறையின் விளிம்பை அடைந்தேன். கீழே ஓர் ஏரியில் மினுமினுத்துக் கொண்டிருந்த நீரைப் பார்த்துக் கொண்டு, அடுத்து நான் என்ன செய்ய வேண்டும் என்று யோசித்தபடி அங்கு நின்றேன். திட்டங்கள் மாற்றப்பட வேண்டியிருந்தன, முன்னுரிமைகள் மறுமதிப்பீடு செய்யப்பட வேண்டியிருந்தன. ஒருசில நாட்களுக்கு ரிஷிகேஷுக்குச்

சென்று, வாழ்வில் மேற்கொண்டு முன்னே செல்வதற்கான ஒரு புதிய வழியைத் தேடுவதென்று நான் தீர்மானித்தேன்.

அடுத்த நாள் காலையில் நான் ரிஷிகேஷைச் சென்றடைந்தேன். அங்கு கங்கை நதியில் நீராடினேன். கங்கையைப் பற்றி நான் ஏராளமான விஷயங்களைக் கேள்விப்பட்டிருந்தபோதிலும், என் வாழ்வில் முதன்முறையாக இப்போதுதான் நான் அதைப் பார்த்துக் கொண்டும் அனுபவித்துக் கொண்டும் இருந்தேன். ஒரு குன்றின் மேலே இருந்த சிவானந்த ஆசிரமத்தைப் பற்றி எனக்குக் கூறப்பட்டிருந்தது. நான் அங்கு நடந்து சென்றேன். நான் அந்த ஆசிரமத்திற்குள் நுழைந்தபோது, ஒரு வினோதமான அதிர்வை நான் உணர்ந்தேன். எனக்கு ஏற்பட்ட ஒரு சலனமற்ற உணர்வு, இருப்புக் கொள்ளாமல் பரிதவித்துக் கொண்டிருந்த என் ஆன்மாவிற்கு ஒரு நிவாரணியாக அமைந்தது. சாதுக்கள் எல்லா இடங்களிலும் அமர்ந்து ஆழமாக தியானித்துக் கொண்டிருந்தனர். அவர்களில் யாரேனும் ஒருவர், என்னைத் துன்புறுத்திக் கொண்டிருந்த கேள்விகளுக்கு விடையளித்து என் கவலைகளைத் தணிக்க மாட்டாரா என்று நான் ஏங்கினேன். சுவாமி சிவானந்தாவைப் பார்க்க எனக்கு அனுமதியளிக்கப்பட்டது. நான் ஓர் இஸ்லாமியராக இருந்தது அவரை எந்த விதத்திலும் பாதிக்கவில்லை. மாறாக, நான் பேசுவதற்கு முன்பாகவே, எது என்னை இவ்வளவு துயரத்திற்கு ஆளாக்கியிருந்தது என்று அவர் என்னிடம் கேட்டார். என் துயரத்தைப் பற்றி அவருக்கு எப்படித் தெரிந்தது என்று நான் கணநேரம் யோசித்துவிட்டு, சமீபத்தில் என் வாழ்வில் நிகழ்ந்தவற்றைப் பற்றி அவருக்கு விளக்கத் துவங்கினேன். அவர் பொறுமையாகக் காதுகொடுத்துக் கேட்டுவிட்டு, ஓர் ஆழமான அமைதியுடன்கூடிய புன்னகையால் என் கவலைகள் அனைத்தையும் விரட்டியடித்தார். அடுத்து அவரது வாயிலிருந்து உதிர்ந்த வார்த்தைகள் நான் கேட்டிருந்ததிலேயே மிகவும் ஆழ்ந்த அர்த்தம் கொண்டவையாக இருந்தன. அவரது மெல்லிய, ஆனால் ஆழமான குரல் இன்னும் என் காதுகளில் ஒலித்துக் கொண்டிருக்கிறது. அவர் பேசிய வார்த்தைகள் இவைதான்:

"உன்னுடைய விதியை ஏற்றுக் கொண்டு, உன் வாழ்வில் தொடர்ந்து முன்னே நடைபோடு. ஒரு விமானப்படை விமானியாக ஆவது உனக்கு விதிக்கப்படவில்லை. நீ என்னவாக ஆகவிருக்கிறாய் என்பதும் இப்போது உனக்கு வெளிப்படுத்தப்படவில்லை, ஆனால் அது ஏற்கனவே தீர்மானிக்கப்பட்டுவிட்டது. இந்தத் தோல்வியை மறந்துவிடு. உனக்கு விதிக்கப்பட்டுள்ள பாதையில் உன்னை வழிநடத்திச் செல்வதற்கு அத்தோல்வி இன்றியமையாத ஒன்றாக இருந்தது. உனது இருத்தலுக்கான உண்மையான நோக்கத்தைத் தேடு. கடவுளின் விருப்பத்திற்கு உன்னை நீ முழுமையாக ஒப்படைத்துவிடு."

அந்தப் பாடம் என் மனத்தில் ஓர் ஆழமான தாக்கத்தை ஏற்படுத்தி இருந்தது. உண்மையில், விதியை எதிர்த்து ஏன் சண்டையிட வேண்டும்? இந்தத் தோல்வி, கடவுள் எனக்காக வைத்திருந்த ஒரு பெரிய திட்டத்தின் ஒரு பகுதிதான் என்று நான் நிச்சயமாக நம்பினேன். நான் புதுதில்லிக்குத் திரும்பிச் சென்று கொண்டிருந்தபோது, இது குறித்து நான் நீண்ட நேரம் அசைபோட்டேன். அங்கு தொழில்நுட்ப வளர்ச்சி மற்றும் உற்பத்தி இயக்குனரகத்தில் நான் ஒரு முதுநிலை அறிவியல் உதவியாளராக ஏற்றுக் கொள்ளப்பட்டிருந்ததை நான் கண்டேன். விமானியாகும் கனவை நான் கைவிட்டேன். செய்யப்பட வேண்டிய வேலைகள் ஏராளமாக இருந்ததையும், எனக்குக் கொடுக்கப்பட்டிருந்த வேலையில் என் இதயத்தையும் ஆன்மாவையும் முழுமையாக நான் ஈடுபடுத்தவிருந்தேன் என்பதையும் நான் புரிந்து கொண்டேன்.

என் தொழில்வாழ்க்கையை நான் இவ்வழியில் துவக்கினேன். என்னைப்போலவே, ஓர் இலக்கை நிர்ணயித்து, வாழ்க்கையில் முன்னே அடியெடுத்து வைக்கின்ற ஒவ்வொரு நபரும், எதிர்பாராத முட்டுக்கட்டைகளை எதிர்கொள்ள வேண்டியிருந்திருக்கும் என்று நான் உறுதியாக நம்புகிறேன். அப்படிப்பட்டச் சமயங்களில் நாம் நமது இலக்குகளை மறுபரிசீலனை செய்ய வேண்டியிருக்கும், நமது பாதைகளை நாம் மீண்டும் ஒழுங்குபடுத்திக் கொள்ள வேண்டியிருக்கும். ஒவ்வொரு பின்னடைவும் வாழ்வின் ஒரு புதிய பக்கத்தையும், நமது சொந்த ஆளுமைகளைப் பற்றி நமக்கு அதுவரை

தெரிந்திராத ஒன்றையும் நமக்குக் கற்றுக் கொடுக்கிறது. முட்டுக்கட்டைகளை நாம் சமாளிக்கும்போது, நமக்கே தெரியாமல் நமக்குள் ஒளிந்திருக்கின்ற ஏராளமான துணிச்சலையும், சிரமங்களிலிருந்து மீள்வதற்கான நமது திறனையும் நாம் பீறிட்டு எழச் செய்கிறோம்.   இந்த வளங்கள் நமக்குள் எப்போதுமே இருந்து வந்துள்ளதை நாம் தோல்வியை   எதிர்கொள்ளும்போது   மட்டுமே உணர்கிறோம். அவற்றைக் கண்டுபிடித்து, நம் வாழ்வில் தொடர்ந்து முன்னோக்கி நடைபோட வேண்டியது மட்டுமே நமது வேலை.

என்னைக் கவர்ந்த புத்தகங்கள்

இந்தியாவில் எந்தவோரிடத்திலும் இளைஞர்களிடம் நான் பேசும்போது, தவறாமல் ஒரு கேள்வியை அவர்கள் என்னிடம் கேட்பர்: உங்களுக்கு மிகவும் பிடித்தப் புத்தகங்கள் எவை? நவீன வாழ்க்கை நமது பல பழக்கங்களை மாற்றியிருந்தாலும்கூட, படிக்கும் பழக்கம் இன்றும் நம் நாட்டில் மிகப் பிரபலமாக இருந்து வருகிறது. செய்தித்தாள்களில் தொடங்கி, இதழ்கள் மற்றும் புத்தகங்கள்வரை, படிப்பதற்குப் பஞ்சமின்றி நம்மிடம் ஏராளமான வளங்கள் இருக்கின்றன. இந்தியாவின் எழுத்தறிவு வீதம் அதிகரித்திருப்பதால், பல்வேறு வகையான புத்தகங்களுக்கு ஏற்பட்டிருக்கும் கிராக்கியைக் கண்டு மனம் நெகிழ்கிறது. பள்ளிகளில் மக்கள் வெறுமனே எழுதவும் படிக்கவும் மட்டும் கற்றுக் கொள்வதில்லை என்பதை இது காட்டுகிறது என்பதாகத்தான் நான் நினைக்கிறேன். அவர்கள் கல்வியறிவு பெறுவதோடு, தங்கள் சிந்தனைமுறையை மேம்படுத்துகின்றனர், தங்கள் புரிதல் சக்தியைக் கூர்தீட்டிக் கொண்டிருக்கின்றனர். விலைமதிப்பிட முடியாத இந்தப் பண்புநலன்களை உருவாக்குவதற்கு வாசிக்கும் பழக்கம் பெரிதும் உதவுகிறது. வாசிக்கும் பழக்கத்தை ஊக்குவிப்பதற்கு எல்லையே கிடையாது.

தனிப்பட்ட முறையில், என்னைப் பொறுத்தவரை, புத்தகங்கள் எப்போதுமே எனக்குத் துணையாக இருந்து வந்துள்ளன. நான் சிறுவனாக இருந்தபோது சில புத்தகங்களைக் கண்டறிந்தேன். அவற்றை நான் ஒருபோதும் மறக்கவில்லை. என் கையைப் பிடித்து அழைத்துச் சென்று, வாழ்நாள் நெடுகிலும் என்னை வழிநடத்திய நண்பர்களைப் போன்றவை அவை. அப்புத்தகங்களின் வார்த்தைகள் பல சூழ்நிலைகளுக்கு அர்த்தத்தைக் கொடுக்கின்றன. ஏனெனில், என்னைச் சுற்றி இருக்கும் உலகத்தைப் புரிந்து கொள்வதற்கு நான் அவற்றைப் பயன்படுத்துகிறேன்.

புத்தகங்கள்மீதான எனது காதலை ஊக்குவித்த ஏராளமான புத்தகப் பிரியர்களையும் நான் சந்தித்திருக்கிறேன். அவர்களில் குறிப்பாக, ஒரு புத்தகத்தை வாங்காததன் மூலம் ஒருமுறை எனக்கு உதவிய ஒருவர் என் நினைவிற்கு வருகிறார். பல வருடங்களுக்கு முன்பு மெட்ராஸ் தொழில்நுட்ப நிறுவனத்தில் நான் படித்துக் கொண்டிருந்தபோது இது நிகழ்ந்தது. அப்போதுதான் சமீபத்தில் ரஷ்ய இலக்கியத்தின்மீது எனக்கு ஆர்வம் ஏற்பட்டிருந்தது. அது குறித்த ஒரு புத்தகத்தை நான் பெரும் ஆர்வத்தோடு படித்துக் கொண்டிருந்தேன். ஆனால், ஒருசில நாட்களுக்குக் கட்டாயமாக நான் எங்கள் ஊருக்குச் சென்றாக வேண்டிய ஒரு சூழ்நிலை ஏற்பட்டது. வழக்கம்போல, என் பாக்கெட்டில் அவ்வளவாகப் பணம் இருக்கவில்லை. ராமேஸ்வரத்திற்குச் செல்வதற்கு ஒரு ரயில் பயணச்சீட்டை வாங்கப் போதுமான அளவு காசுகூட என்னிடம் இருக்கவில்லை. அந்தப் பண நெருக்கடியைச் சமாளிப்பதற்கு, நான் படித்துக் கொண்டிருந்த புத்தகத்தை விற்பதைத் தவிர எனக்கு வேறு வழி தெரியவில்லை. இப்படிப்பட்டப் பரிவர்த்தனைகளுக்கு நான் சென்ற இடம், சென்னையில் இருந்த மூர் மார்க்கெட்தான். அங்கு அனைத்து விதமான பொருட்களும் கிடைத்தன. கூரையிட்டு மூடப்பட்டிருந்த ஒரு விற்பனை வளாகம் அது. அங்கு எனக்குப் பெரும் சுவாரசியத்தை ஏற்படுத்திய இடம், அதன் பின்புறத்தில் அமைந்திருந்த ஒரு குறுகலான பகுதிதான். பயன்படுத்தப்பட்டப் புத்தகங்களை அங்கு வாங்கி விற்றனர். அங்கு ஒரு கடைக்கு நான் அடிக்கடிப் போவது வழக்கம். அதன் உரிமையாளர் எனது நண்பராக ஆகியிருந்தார். அவர் பல எழுத்தாளர்களின் புத்தகங்களை எனக்கு அறிமுகப்படுத்தினார். பல சுவாரசியமான, ஊக்குவிக்கின்ற புத்தகங்களை எனக்குக் கொடுத்ததன் மூலம் நான் தணியாத தாகம் கொண்ட ஒரு படிப்பாளியாக ஆவதற்கு அவர் எனக்கு உதவினார். அந்தக் குறிப்பிட்ட நாளன்று, நான் அவரது கடைக்குச் சென்று, நான் படித்துக் கொண்டிருந்த புத்தகத்தை நான் விற்க வேண்டியிருந்தது பற்றி அவரிடம் கூறியபோது, அவர் என்னை ஒருவிதப் பரிதாபத்தோடும் வருத்தத்தோடும் பார்த்தார். நான் அந்தப் புத்தகத்தை விற்க விரும்பவில்லை

என்பதையும் எனது இக்கட்டான சூழ்நிலையையும் அவரால் சுலபமாகப் புரிந்து கொள்ள முடிந்தது. பிறகு அவர் மிக எளிய, புத்திசாலித்தனமான ஒரு யோசனையை என்னிடம் கூறினார். அது என்னுடைய எல்லாப் பிரச்சனைகளையும் தீர்த்தது! அப்புத்தகத்தை அவர் தன்னிடம் அடகு வைக்குமாறு என்னிடம் கூறினார். அப்புத்தகத்தை நான் அவரிடம் விற்றிருந்தால் அதற்கு அவர் எனக்கு எவ்வளவு பணம் கொடுத்திருப்பாரோ, அதைக் கடனாகக் கொடுப்பதாகவும், என்னிடம் போதிய பணம் இருக்கும்போது, நான் திரும்பி வந்து அத்தொகையைத் தன்னிடம் செலுத்திவிட்டு என் புத்தகத்தை மீட்டுக் கொள்ளலாம் என்றும் அவர் கூறினார். இதற்கிடையே அப்புத்தகத்தை வேறு எவரிடமும் தான் விற்காமல் வைத்திருப்பதாகவும் அவர் எனக்கு வாக்குக் கொடுத்தார். என் அதிர்ஷ்டத்தில் ஏற்பட்ட இந்தத் திடீர் மாற்றத்தைக் கண்டு நான் மகிழ்ச்சியில் திக்குமுக்காடிப் போனேன். என் புத்தகத்தை இழக்காமல் என்னால் என் ஊருக்குப் போக முடிந்தது. புத்தகங்களை நேசித்த எனது கடைக்கார நண்பர் தன் வாக்கைக் காப்பாற்றினார். அப்புத்தகம் பல ஆண்டுகளாக என்னுடன் இருந்தது. அன்னியர்களின் பரிவு, புத்தக விரும்பிகளின் வினோதமான உலகம் ஆகியவற்றுக்கான ஒரு நினைவுச்சின்னம் அது.

புனித ஜோசப் கல்லூரியில் எனது இளநிலைப் பட்டப்படிப்பின் இறுதியாண்டின்போதுதான் ஆங்கில இலக்கிய நூல்களை நான் படிக்கத் துவங்கினேன். அந்த நேரத்தில், லியோ டால்ஸ்டாய், வால்டர் ஸ்காட், தாமஸ் ஹார்டி ஆகியோரின் படைப்புகளையும் நான் கண்டறிந்தேன். அவர்களுடைய கதையின் அமைப்புகள் எனக்கு அன்னியமானவையாக இருந்தன. அவர்களது மொழி எனக்குப் பழக்கமான மொழியிலிருந்து வேறுபட்டிருந்தது. ஆனால் மனித உறவுகளைப் பற்றிய கதைக்களன்களும், சமுதாயத்தைப் பற்றி அவை கொண்டிருந்த கண்ணோட்டங்களும் என்னைக் கவர்ந்தன. அதன் பிறகு சில குறிப்பிட்டத் தத்துவவியலாளர்களின் படைப்புகளை நான் கண்டறிந்தேன். பின் அறிவியலைப் பற்றிப் படிப்பதில், குறிப்பாக, இயற்பியல் குறித்துப் படிப்பதில் எனக்கு ஆர்வம் ஏற்படத் துவங்கியது.

இங்கு ஆல்பர்ட் ஐன்ஸ்டீனைப் பற்றிய ஒரு கதை என் நினைவுக்கு வருகிறது. அவருக்குப் பன்னிரண்டு வயதாக இருந்தபோது, அவரது நம்பிக்கைக்குரிய வழிகாட்டியான மேக்ஸ் தல்மூட், யூக்லீட்டிய வடிவியல் பற்றிய ஒரு புத்தகத்தை அவருக்குக் கொடுத்தார். இப்புத்தகம், தூய்மையான எண்ணம் குறித்தக் கோட்பாடுகளுக்கும், உலகளாவிய உண்மைகளை எவ்வாறு ஆய்வு செய்வது என்பது குறித்தும் இளம் ஐன்ஸ்டீனின் மனத்தைத் திறந்தது. இதன் மூலம் மனித மனத்தின் சக்தியை ஐன்ஸ்டீன் உணர்ந்து கொள்ளத் துவங்கினார்.

காலப்போக்கில் நான் எண்ணற்றப் புத்தகங்களைப் படித்துள்ளேன். ஆனால் என் மனத்திற்கு மிகவும் பிடித்த அல்லது என் மனத்தை மிக ஆழமாக பாதித்தப் புத்தகங்கள் எவை என்று என்னிடம் கேட்கப்பட்டால், நான் மூன்று புத்தகங்களைக் குறிப்பிடுவேன்:

முதல் புத்தகம், லில்லியன் ஈஷ்லர் வாட்சன் எழுதிய 'லைட் ஃப்ரம் மெனி லேம்ப்ஸ்.' முன்பு நான் குறிப்பிட்டிருந்த மூர் மார்க்கெட் பழைய புத்தகக் கடையில் இப்புத்தகத்தை முதன்முதலில் 1953ம் ஆண்டு நான் பார்த்தேன் (ஓர் ஒடுக்கமான புத்தகக் கடையில் நின்று புத்தகங்களைப் புரட்டுவதிலும், இது போன்ற அரிய பொக்கிஷங்களைத் தற்செயலாகக் கண்டுபிடிப்பதிலும் கிடைக்கின்ற பெரும் மகிழ்ச்சியை வார்த்தைகளால் விவரிக்க முடியாது). பல வருடங்களாக நான் அதன் பக்கங்களை மீண்டும் மீண்டும் படித்து வந்துள்ளதால், அப்புத்தகத்தை நான் எனக்கான ஒரு துணையாக நினைக்கிறேன். இலக்கியத் தரம் வாய்ந்ததாகவும் உத்வேகமூட்டுவதாகவும் கருதப்படுகின்ற 'லைட் ஃப்ரம் மெனி லேம்ப்ஸ்' புத்தகம், பல்வேறு நூலாசிரியர்களின் படைப்புகளின் தொகுப்பாகும். வெவ்வேறு எழுத்தாளர்களின் உத்வேகமூட்டும் கட்டுரைகளையும் கதைகளையும் கவிதைகளையும் அப்புத்தகத்தின் ஆசிரியர் தொகுத்துள்ளார். இக்கதைகள் எவ்வாறு எழுதப்பட்டன என்பதையும், அவற்றிலிருந்து நாம் என்ன பாடங்களைக் கற்றுக் கொள்ளலாம் என்பதையும் அவர் குறிப்பிட்டுள்ளது மிகவும் உதவிகரமானதாக உள்ளது.

இப்புத்தகத்தில் குறிப்பிடப்பட்டுள்ள வார்த்தைகள், நான் வருத்தமாக இருந்த நேரங்களில் எனக்கு நிம்மதியைக் கொடுக்கவும், எனக்கு அறிவுரை தேவைப்பட்ட நேரத்தில் என்னைக் கைதூக்கிவிடவும் ஒருபோதும் தவறியதே இல்லை. நான் எனது சொந்த உணர்ச்சிகளால் திக்குமுக்காடிப் போகும் ஆபத்தான சூழலில் இருக்கும்போது, இப்புத்தகம் என் சிந்தனையில் ஒரு சமநிலையைக் கொண்டுவருகிறது. என்னிடமிருந்த இப்புத்தகத்தின் பழைய பிரதி பல முறை பைன்டிங் செய்யப்பட்டு நைந்து போன நிலையில் இருந்தது. எனவே, சில வருடங்களுக்கு முன்பு இதன் ஒரு புதிய பதிப்பை என் நண்பர் ஒருவர் தேடிக் கண்டுபிடித்து வாங்கி எனக்குப் பரிசளித்தபோது நான் பேரானந்தம் அடைந்தேன்.

என் சிந்தனையின்மீது தாக்கத்தை ஏற்படுத்தி வந்துள்ள இரண்டாவது படைப்பு, திருக்குறளாகும். என்னைப் பொறுத்தவரை, என் வாழ்க்கைக்கான நன்னடத்தைக் கோட்பாட்டை இது எனக்கு வழங்கியுள்ளது. மனத்தை உண்மையிலேயே உயர்த்துகின்ற ஒரு படைப்பு இது. என் மனத்திற்கு மிகவும் பிடித்த ஒரு குறிப்பிட்டக் குறள் இது:

உள்ளுவ தெல்லாம் உயர்வுள்ளல் மற்றது
தள்ளினுந் தள்ளாமை நீர்த்து.

(நினைப்பதெல்லாம் உயர்வான நினைப்பாகவே இருக்க வேண்டும். அது கைகூடாவிட்டாலும், அந்த நினைப்பைக் கைவிடக்கூடாது.)

நான் குறிப்பிட விரும்புகின்ற அடுத்தப் புத்தகம், நோபல் பரிசு பெற்றவரும் மருத்துவராக இருந்து தத்துவவியலாளராக மாறியவருமான அலெக்சிஸ் கேரல் எழுதிய ‘மேன் த அன்னோன்.’ உடலுக்கும் மனத்திற்கும் ஒருசேரச் சிகிச்சை அளிக்கப்படும்போது, மனிதர்கள் எவ்வாறு குணமடைகிறார்கள் என்பது குறித்து அவர் அதில் பேசுகிறார். மனித உடல் எப்படி ஓர் அறிவார்ந்த, ஒருங்கிணைக்கப்பட்ட அமைப்புமுறையாக இருக்கிறது என்ற, மனித உடலைப் பற்றிய அவரது விவரிப்பு மிகத் தெளிவாகவும் அறிவார்ந்த முறையிலும் விளக்கப்பட்டு

உள்ளது. இந்தப் படைப்பை எல்லோரும் படிக்க வேண்டும். குறிப்பாக, மருத்துவம் பயில்வதைக் குறிக்கோளாகக் கொண்டிருப்பவர்கள் நிச்சயமாக இதைப் படிக்க வேண்டும் என்று நான் நினைக்கிறேன்.

பல்வேறு மதங்களின் புனித நூல்களும் என்மீது பெரும் தாக்கத்தை ஏற்படுத்தியுள்ளன. நான் இவற்றைப் படித்து, என் வாழ்நாள் நெடுகிலும் என் மனத்தில் தோன்றியுள்ள கேள்விகளுக்கான விடைகளைக் கண்டுபிடிக்க முயற்சித்துள்ளேன். குரான், வேதங்கள், பகவத்கீதை ஆகிய அனைத்தும் மனிதனின் நிலை குறித்த ஆழ்ந்த தத்துவரீதியான உள்நோக்குகளைக் கொண்டுள்ளன. என் வாழ்வில் பல்வேறு சமயங்களில் நான் எதிர்கொண்ட இருதலைக் கொள்ளி எறும்பு நிலைக்கு நான் தீர்வு காண்பதற்கு அவை எனக்கு உதவியுள்ளன.

இப்புனித நூல்களால் எவ்வாறு வாழ்வின் எந்தவோர் அம்சம் பற்றிய உள்நோக்குகளையும் வழங்க முடியும் என்பதை விளக்குவதற்கு நான் உங்களுக்கு ஒருசில எடுத்துக்காட்டுகளை நினைவுகூர விரும்புகிறேன். பெங்களூரில் வானூர்திப் பொறியாளராக நான் சிறிது காலம் வேலை பார்த்தப் பிறகு, டாக்டர் விக்ரம் சாராபாய் துவக்கிய விண்வெளி அமைப்பான இந்திய தேசிய விண்வெளி ஆய்வுக் குழுவில் ராக்கெட் பொறியாளர் பதவிக்கான நேர்முகத் தேர்வில் கலந்து கொள்ள வருமாறு எனக்கு ஓர் அழைப்பு வந்தது. அந்த நேர்முகத் தேர்வு குறித்து நான் மிகவும் பதற்றமாக இருந்தேன். அதிலிருந்து என்ன எதிர்பார்க்க வேண்டும் என்று தெரியாமல் விழித்தேன். அந்த நேரத்தில், பகவத்கீதையிலிருந்து மேற்கோள் காட்டி லட்சுமண சாஸ்திரி அவர்கள் (நான் முன்பு குறிப்பிட்டிருந்த, என் தந்தையின் நண்பர் மற்றும் ராமேஸ்வரம் கோவிலின் அர்ச்சகர்) கூறிய இவ்வார்த்தைகள் எனக்குத் துணிச்சலைக் கொடுத்தன: "அனைத்து உயிரினங்களுமே விருப்பு, வெறுப்பு ஆகியவற்றிலிருந்து எழுகின்ற இருமை இயல்பினால் ஆட்கொள்ளப்பட்டு ஒரு மாயைக்குள் உழன்று கொண்டிருக்கின்றன . . . ஆனால் பாவம் முழுவதுமாகக் களையப்பட்டுள்ள, இருமை இயல்பு எனும் மாயையிலிருந்து விடுபட்டுள்ள, நற்செயல்களில்

ஈடுபடுகின்ற மக்கள், நிலையான மற்றும் உறுதியான நம்பிக்கையுடன் என்னை வழிபடுகின்றனர்." வெற்றி பெறுவதற்குச் சிறந்த வழி, வெற்றி பெற்றே ஆக வேண்டும் என்று நினைக்காமல் இருப்பதுதான் என்று எனக்கு நானே கூறிக் கொண்டு, அதே மனப்போக்குடன் அந்த நேர்முகத் தேர்விற்குச் சென்றேன்.

இந்தியாவின் விண்வெளித் திட்டங்கள் வளர்ச்சி அடைந்தன. கூடவே நானும் வளர்ந்தேன். அத்திட்டங்கள் உருவாவதற்கும் அவற்றுக்கு வடிவம் கொடுப்பதற்கும் உதவிய பலருடன் சேர்ந்து பணியாற்றும் அரிய வாய்ப்பு எனக்குக் கிடைத்தது. இந்திய விண்வெளி ஆராய்ச்சி நிறுவனத்துடனான எனது தொடர்பு அந்நிறுவனம் துவங்கிய சமயத்திலிருந்தே துவங்கியது. அந்நிறுவனம் அடைந்துள்ள வளர்ச்சியையும், நம் நாட்டிற்கு அது வழங்கியுள்ள சேவைகளையும், அந்நிறுவனத்தின் குறிக்கோள்களுக்கு வடிவம் கொடுத்து அது சென்றடைவதற்கு அதற்கு ஒரு திசையையும் காட்டிய முன்னோடிகளையும் நான் பார்க்கும்போது, கீதையிலிருந்த ஒரு சுலோகம் என் நினைவுக்கு வருகிறது: "தாராளமாக நறுமணத்தையும் தேனையும் கொடுக்கின்ற மலரைப் பாருங்கள். அதன் வேலை முடிந்த பிறகு அது அமைதியாக உதிர்ந்துவிடுகிறது. தன்னிடம் இத்தகைய சிறப்பான பண்புநலன்கள் அனைத்தும் இருந்தும் அடக்கமாக இருக்கின்ற அந்த மலரைப்போல இருக்க முயற்சி செய்யுங்கள்." விண்வெளித் திட்டங்களின் ஜாம்பவான்கள் இந்த மலர்களைப்போல இருந்தனர். அவர்கள் அத்திட்டங்களில் தங்களை இணைத்துக் கொண்டனர்; வழிகாட்டிகளாகச் செயல்பட்டனர்; பின்னர், புதிய யோசனைகளுக்கும் புதிய எண்ணங்களுக்கும் வழிவிட்டு ஒதுங்கிக் கொண்டனர்.

பாதுகாப்பு ஆராய்ச்சி மற்றும் வளர்ச்சி நிறுவனத்தில் முழுக்க முழுக்க நம் நாட்டிலேயே தயாரிக்கப்பட்ட ஏவுகணைத் திட்டத்தை உருவாக்குவதில் நான் மும்முரமாக ஈடுபட்டு இருந்தபோது, பல அறிவார்ந்த, அர்ப்பணிப்புடன்கூடிய பொறியாளர்களுடனும் தலைவர்களுடனும் நான் பணியாற்றினேன். அவர்களைப் பற்றி நான் நினைத்துப் பார்க்கும்போது, புனிதக் குரானில்

உள்ள இவ்வார்த்தைகள் என் செவிகளில் ஒலிக்கின்றன: "அல்லா ஒளியின் ஒளியாக இருக்கிறார். தன்னை நாடுபவர்களைத் தனது ஒளியின் மூலம் அவர் வழிநடத்துகிறார்."

எனது தனிப்பட்ட வாழ்விலும் இப்படைப்புகள் எனக்கு ஆறுதல் அளித்து, வாழ்வின் திருப்பங்களுக்கான அர்த்தத்தைப் புரிந்து கொள்வதற்கு எனக்கு உதவியுள்ளன. ஒரு வருடத்திற்குள் நான் என் தந்தையையும் தாயையும் இழந்தபோது, ராமேஸ்வரத்தில் இருந்த மசூதியில் நான் பிரார்த்தனை செய்தது எனக்கு நினைவிருக்கிறது. அந்த நேரத்தில், என் தாயார் காலமாவதற்கு முன்பு நான் அவரை அடிக்கடி வந்து பார்க்காமல் போனது குறித்த வருத்தமும் துக்கமும் என்னைத் திணறடித்தன. ஆனால் சிறிது நேரத்திற்குப் பிறகு, குரானில் உள்ள இந்த வரி என் நினைவுக்கு வந்தது. ஆன்மாக்கள் கடந்து போவது தவிர்க்க முடியாதது என்றும், கடவுள் மட்டுமே ஒரே நிரந்தரமான அம்சம் என்றும் அது கூறியது: "உங்கள் செல்வமும் குழந்தைகளும் வெறும் சபலங்களே, ஆனால் அல்லா! அவருடன் இருப்பது மட்டுமே நிலைபேற்றைப் பெற்றுத் தரும்."

இலக்கியத் தளத்தில் கவிதை எனது முதல் நேசங்களில் ஒன்றாக இருந்து வந்துள்ளது. டி.எஸ்.எலியட், லூயிஸ் கேரல், வில்லியம் பட்லர் ஈட்ஸ் ஆகியோரின் கவிதைப் படைப்புகள் என் மனத்தில் மீண்டும் மீண்டும் லயிப்பை ஏற்படுத்தியுள்ளன. வாழ்வின் பல்வேறு நிகழ்வுகளுக்கு அவை அர்த்தத்தைக் கொடுத்ததுபோல் இருந்தது. அறிவியல் தளத்தில் எனது முயற்சிகளில், லூயிஸ் கேரலின் இவ்வரிகள் எவ்வளவு பொருத்தமாக இருந்தன என்பதை நினைத்து நான் வியக்கிறேன்:

பலவீனம் பலமாக மாறும்வரை
இருள் வெளிச்சமாக உருவெடுக்கும்வரை
தவறு சரியானதாகத் தோற்றமெடுக்கும்வரை
தந்திரம், பேராசை, வஞ்சம் ஆகியவை
பகுத்தறிவின் இரவில் கரையட்டும்.

முடிவேயின்றி நான் முதுகொடிய வேலை பார்க்க வேண்டியிருந்த நேரங்களின்போது, அன்று என்ன நாள் என்று தெரியாத அளவுக்கு நாட்கள் ஒன்றுக்குள் ஒன்று சங்கமித்த வேளைகளில், சாமுவேல் டெய்லர் காலரிட்ஜின் இவ்வார்த்தைகள் என் மனநிலையைச் சிறப்பாக விவரித்தன:

வண்ண ஓவியக் கடலில்
வசமாய் மாட்டிக் கொண்டுவிட்ட
வண்ணக் கப்பலாய்
மூச்சின்றி, அசைவின்றி
மாட்டிக் கொண்டு விழிக்கிறோம்
நாம் தினந்தோறும்! தினந்தோறும்!

சாத்தியமற்றக் காலக்கெடுக்களுக்குள் என் வேலைகளை நிறைவேற்றுவதற்கு நான் அடிக்கடி முயற்சிக்க வேண்டியிருந்தது. எனது சக ஊழியரான குரூப் கேப்டன் நாராயணன், துல்லியமாகக் கொடுக்கப்படும் கட்டளைகளுக்கு ஏற்ப இலக்கை அடையும் ஏவுகணைகளை உருவாக்குவது குறித்த எங்கள் குறிக்கோளை அடைவதற்குப் பொறுமையின்றி இருந்தார். அவர் ஒருமுறை என்னிடம், "உங்களுக்கு என்ன வேண்டும் என்று கூறுங்கள், அதை நான் உங்களுக்குத் தருவித்துக் கொடுக்கிறேன். ஆனால் மேலும் நேரம் வேண்டும் என்று மட்டும் என்னிடம் கேட்காதீர்கள்," என்று கூறினார். அந்த நேரத்தில் அவரது அவசரத்தைக் கண்டு நான் சிரித்துவிட்டு, டி.எஸ்.எலியட்டின் இவ்வரிகளை மேற்கோள் காட்டினேன்:

கருக்கொள்ளுதலுக்கும்
படைப்பிற்கும்
இடையே
உணர்ச்சிவேகத்திற்கும்
செயல்விடைக்கும்
இடையே
விழுகிறது நிழல்.

இவை என்மீது மிக ஆழமான தாக்கத்தை ஏற்படுத்திய எழுத்தாளர்கள் மற்றும் படைப்புகளில் சில மட்டுமே. இப்படைப்புகள் பழைய நண்பர்களைப் போன்றவை. இவை நமக்குப் பரிச்சயமானவையாகவும் நம் நலனைக் கருத்தில் கொள்பவையாகவும் நமக்கு மறுஉத்தரவாதம் அளிப்பவையாகவும் உள்ளன. எப்போது என் மனத்திற்குள் நுழைய வேண்டும் என்பதை அவை அறிந்துள்ளன. நான் எப்போதேனும் இருதலைக் கொள்ளி எறும்பு நிலையில் இருந்தாலோ அல்லது வருத்தமாகவும் ஆழ்ந்த யோசனையிலும் இருந்தாலோ அவை அதை அறிந்துள்ளன. எனது மிக மகிழ்ச்சியான கணங்களிலும் அவை என்னுடன் இருக்கின்றன. விரைவான மற்றும் சுலபமான கருத்துப் பரிமாற்றம் நிலவும் இக்காலகட்டத்தில், தகவல்கள் நாம் சுலபமாக விழுங்கும் சிறிய கவளத்தின் அளவில் நம்மிடம் வருகின்ற இந்நேரத்தில், எழுதப்பட்ட வார்த்தையின் வசீகரம் தொலைந்து போவதற்கு நாம் ஒருபோதும் அனுமதிக்கக்கூடாது. புத்தகங்களைப் பற்றி ஒருமுறை நான் எழுதிய இக்கவிதையை இளைஞர்களுக்கு நான் அடிக்கடிப் படித்துக் காட்டுகிறேன். புத்தகங்கள் குறித்த எனது உணர்வுகளை இது தொகுத்துக் கூறுகிறது:

புத்தகங்கள் எப்போதும் என் தோழர்கள்
கடந்த ஐம்பது வருடங்களுக்கும் மேலாக
அவை எனக்குக் கனவுகளைக் கொடுத்துள்ளன
கனவுகள் பணித்திட்டங்களில் முடிவடைந்தன
நம்பிக்கையோடு பணித்திட்டங்களை ஏற்றுக்
கொள்வதற்கு அவை எனக்கு உதவியுள்ளன
தோல்வி நேரங்களில் அவை எனக்குத்
துணிச்சலைக் கொடுத்துள்ளன
நல்ல புத்தகங்கள் எனக்கு
தேவதைகளைப்போல இருந்து வந்துள்ளன
அவை என் இதயத்தை மென்மையாகத் தொட்டுள்ளன
எனவே புத்தகங்களை உங்களது நண்பர்களாக
ஆக்கிக் கொள்ளுங்கள்,
என் இளைய தலைமுறையினரே!
புத்தகங்கள் உங்களது நல்ல நண்பர்களாக
விளங்கட்டும்!

நெருப்போடு
ஓர் உரசல்

மனச்சோர்வு மற்றும் தோல்வி குறித்த எனது முதல் அனுபவங்கள் சிலவற்றையும் அவை எனக்காகக் கொண்டிருந்த படிப்பினைகளையும் முந்தைய அத்தியாயம் ஒன்றில் நான் ஏற்கனவே நினைவுகூர்ந்துள்ளேன். ஏமாற்ற உணர்வுகள் தணிந்து, ஒருவர் சரியான கண்ணோட்டத்தைப் பெறும்போது, நமது சிந்தனைமுறையை மாற்றும் சக்தி இந்த அனுபவங்களுக்கு இருக்கிறது என்பதை நான் இப்போது புரிந்து கொண்டுள்ளேன். அவை நமது ஆன்மாவின்மீதும் அதிகத் தாக்கத்தை ஏற்படுத்தி, இருத்தல்ரீதியான விவகாரங்களை நாம் நேருக்கு நேர் எதிர்கொள்ளும்படிச் செய்வதாக நான் நம்புகிறேன். அது நிகழும்போது, நிகழ்வுகளை நாம் ஆரத் தழுவி ஏற்றுக் கொண்டு, அந்நிகழ்வுகளுக்கு நாம் எவ்வாறு செயல்விடை அளித்தோம் என்பதை நாம் ஆய்வு செய்ய வேண்டும். அலைகளைப்போல நம்மீது வெறுமனே புரண்டோடுவதற்கு நாம் அவற்றை அனுமதித்தோமா அல்லது அந்த விவகாரத்திற்குள் ஆழமாகக் குதித்து நமக்கான உள்நோக்குகளைப் பெறுவதற்கு நாம் அவற்றைப் பயன்படுத்தினோமா என்று பார்க்க வேண்டும்.

மாபெரும் பரிமாணத்தைக் கொண்ட நிகழ்வுகள்தான் வழக்கமாக நமக்குள் ஓர் அடிப்படை நிலையில் ஏதோ ஒன்றை நகர்த்துகின்றன என்பதைக் கூறத் தேவையில்லை. நாம் மிக உயர்வாக மதிக்கின்றவர்களின் உயர்ந்த தரங்கள் மற்றும் எதிர்பார்ப்புகளுக்கு ஏற்ப நம்மால் வாழ முடியாமல் போகும்போது, அல்லது கோடிக்கணக்கான மக்களின் வாழ்வில் தாக்கத்தை ஏற்படுத்துகின்ற விவகாரங்களில் நாம் ஈடுபடும்போது, அல்லது வாழ்வா சாவா என்ற நிலையிலான ஒரு விவகாரமாக அது இருக்கும்போது, சுயம் குறித்த நமது உணர்வும் நமது அகங்காரமும் ஆழமான மாற்றங்களைச் சந்திக்கின்றன.

இப்படிப்பட்டச் சில நிகழ்வுகளை என் தொழில்வாழ்க்கையில் இருந்து என்னால் நினைவுகூர முடியும். செயற்கைக்கோள் ஏவுகலனான எஸ்எல்வி—3,

முழுக்க முழுக்க நம் நாட்டிலேயே தயாரிக்கப்பட்ட முதல் ஏவுகணையான அக்னி ஆகியவற்றை உருவாக்கும் பணித்திட்டங்களுக்கான குழுக்களுக்கு நான் தலைமை வகித்தபோது, நாட்டு மக்களும் அரசாங்கமும் என்னிடமிருந்தும் எனது குழுக்களிடமிருந்தும் எதிர்பார்த்த விஷயங்கள் விண்ணுயர இருந்தன. செய்தி ஊடகங்களின் கூரிய ஆய்வு, இன்றைய நிலையோடு ஒப்பிடுகையில் ஒன்றுமில்லாமல் போனாலும்கூட, அப்போதும் மிகவும் தீவிரமானதாகத்தான் இருந்தது. எஸ்எல்வி—3 முதன்முறையாக ஏவப்பட்டபோது தோல்வியில் முடிந்தது. அக்னி பணித்திட்டம் எண்ணற்ற ஏற்ற இறக்கங்களையும், வெற்றிகரமாக விண்ணில் ஏவப்படுவதற்கு முன்பு ஏராளமான சிரமங்களையும் சந்தித்தது. இவ்விரு பணித்திட்டங்களும் என்னையும் எனது குழுக்களையும் மிகத் தீவிரமான மன அழுத்தத்திற்கு ஆளாக்கின. அதோடு, அவற்றில் பிரம்மாண்டமான அளவில் பணம், நேரம், திறமைமிக்க உழைப்பு ஆகிய முதலீடுகளும் செய்யப்பட்டிருந்தன. முதல் முயற்சியில் இவற்றைக் கச்சிதமாக விண்ணில் ஏவ முடியாமல் போனது, இதற்கு முன்பு பல தடைகளுக்கு இடையேயும் நாங்கள் சாதித்திருந்த பிற வெற்றிகளை ஒன்றுமில்லாமல் செய்துவிட்டது. தோல்விக்கான காரணங்கள் குறித்து நாங்கள் அக ஆய்வையும் புற ஆய்வையும் மேற்கொண்ட நாட்கள் எப்போதும் என் நினைவில் மிக ஆழமாகப் பதிந்திருக்கும். ஆனால், நமக்குத் தெரிந்த மக்களும், நாம் உடன் பணியாற்றுகின்ற மக்களும், அல்லது நமது யோசனைகளையும் வடிவமைப்புகளையும் செயல்படுத்துவதற்கு நாம் சார்ந்திருக்கின்ற மக்களும், அரிய அர்ப்பணிப்பை வெளிப்படுத்தி, அச்செயல்முறையில் துன்பத்தை அனுபவிக்கும்போதுதான் மிகப் பெரிய தாக்கம் ஏற்படுகிறது. என் தொழில்வாழ்க்கையில் நான் இதையும் பார்த்திருக்கிறேன். அப்படிப்பட்ட ஒவ்வொரு நேரத்திலும் நான் பார்த்த விஷயங்கள் என் மனத்தை எவ்வளவு தூரம் நெகிழச் செய்தன என்பதை வார்த்தைகளால் விவரிக்க முடியாது.

1960களிலும் 1970களிலும் நான் தும்பா ராக்கெட் ஏவுதளத்தில் பணியாற்றிக் கொண்டிருந்தேன். டாகடர்

விக்ரம் சாராபாயின் வழிகாட்டுதலின்கீழ் நாங்கள் எங்களது சொந்த ராக்கெட்டுகளையும் எஸ்எல்வி ராக்கெட்டுகளையும் செயற்கைக்கோள்களையும் உருவாக்கிக் கொண்டிருந்தோம். ஆய்வு ராக்கெட்டுகள் எடுத்துச் செல்லும் செயற்கைக்கோள்கள் மற்றும் பிற ஆய்வு உபகரணங்களைத் தயாரிப்பதற்காக நாடு முழுவதிலும் இருந்த பல ஆய்வுக்கூடங்களோடு இணைந்து நாங்கள் வேலை செய்து கொண்டிருந்தோம். இந்தியாவில் இருந்த கிட்டத்தட்ட அனைத்து ஆய்வுக்கூடங்களும் ஆய்வு ராக்கெட் பணித்திட்டத்தில் ஈடுபட்டிருந்தன. அவை ஒவ்வொன்றும் தமக்கென்று ஒரு சொந்தக் குறிக்கோளையும் செயற்கைக்கோள் அல்லது பிற ஆய்வு உபகரணத் தயாரிப்பு இலக்கையும் கொண்டிருந்தன. இந்தச் செயற்கைக்கோள்களும் ஆய்வு உபகரணங்களும் ராக்கெட்டின் கட்டமைப்போடு ஒருங்கிணைக்கப்பட வேண்டியிருந்தன. செயற்கைக்கோள்கள் மற்றும் ஆய்வு உபகரணத் தயாரிப்பு ஆய்வுக்கூடத்தில் சுதாகர் என்பவர் எனது சக ஊழியர்களில் ஒருவராக இருந்தார். ஏவுதலுக்கு முன்பு நடைபெற வேண்டிய விஷயங்கள் தொடர்பான கால அட்டவணை குறித்து நாங்கள் வேலை செய்து கொண்டிருந்தபோது, சோடியமும் தெர்மைட்டும் கலந்த ஓர் ஆபத்தான கலவையை, தூரத்திலிருந்து இயக்கக்கூடிய ஓர் அமைப்பின் மூலம் நாங்கள் நிரப்பிக் கொண்டிருந்தோம். கிழக்குக் கடற்கரையோரமாக அமைந்திருந்த தும்பாவில், பெரும்பாலான நாட்களைப்போல, அன்றும் கடும் வெப்பமாக இருந்தது. சுதாகரும் நானும் மிக நீண்ட நேரம் வேலை செய்து வந்திருந்தபோதிலும், வெப்பம் மிகத் தீவிரமாக இருந்ததை நாங்கள் கண்டுகொள்ளவில்லை. அந்தக் கலவைகளை நிரப்பிய பிறகு, எரிபொருள் அறைக்கு விஜயம் செய்து, அந்தக் கலவை ஒழுங்காக நிரப்பப்பட்டிருந்ததா என்பதை நேரில் பார்ப்பதென்று நாங்கள் தீர்மானித்தோம். நாங்கள் எங்கள் வேலையில் மிக ஆழமாக மூழ்கிப் போயிருந்ததால், சுத்தமான சோடியமானது தண்ணீருடன் கலக்கும்போது அது ஆபத்தானதாக அமையக்கூடும் என்ற ஓர் அடிப்படை அறிவியல் உண்மையை மறந்துவிட்டோம். நானும் சுதாகரும் அந்தக் கலவையை ஆய்வு செய்வதற்காகக் குனிந்தபோது,

சுதாகரின் நெற்றியில் இருந்து ஒரு துளி வியர்வை அந்தக் கலவையில் விழுந்தது. நாங்கள் சுதாரிப்பதற்குள் ஒரு சக்திவாய்ந்த வெடி எங்கள் இருவரையும் பின்னோக்கித் தூக்கி எறிந்தது. அந்த வெடிச் சத்தம் அந்த அறையை உலுக்கியது. நாங்கள் இருவரும் கீழே விழுந்தோம். ஒருசில கணங்கள் நான் அதிர்ச்சியால் உறைந்து போனேன். ஒருசில நொடிகளில் அந்த வெடி விபத்திலிருந்து தீ பரவியது. பயந்து போயிருந்த எங்கள் கண்களுக்கு முன்னால், அந்த ஆய்வுக்கூடம் ஆக்ரோஷமாகத் தீப்பிடித்து எரிந்து கொண்டிருந்தது. அது சோடியத்தால் ஏற்பட்ட நெருப்பாக இருந்ததால், தண்ணீர் ஊற்றி அதை அணைக்க முடியாது. அப்படிச் செய்தால், அது மேலும் அதிகப் பேரழிவைத்தான் ஏற்படுத்தும். அந்த ஆய்வுக்கூடம் இப்போது கட்டுக்கடங்காமல் எரிந்து கொண்டிருந்தது. பின்னாளில், அந்த நிகழ்வுகளை நான் மீண்டும் நினைத்துப் பார்த்தபோது, வியர்வைத் துளி விழுந்ததும், அந்த வெடி விபத்தும், பிறகு அந்த நெருப்பும் மெதுவான இயக்கத்தில் நடந்ததுபோலத் தோன்றியது. ஆனால் யதார்த்தத்தில், அவை அனைத்தும் ஒருசில நொடிகளுக்குள் நடந்து முடிந்திருந்தன. நான் எழுந்திருப்பதற்குள் சுதாகர் சமயோசிதமான காரியம் ஒன்றைச் செய்தார். அந்த அறையின் கண்ணாடி சன்னலை அவர் தனது வெறும் கைகளால் உடைத்தார். பிறகு, ஒரு கணம்கூடத் தயங்காமல், அவர் என்னை நோக்கித் திரும்பி, என்னை வெளியே பிடித்துத் தள்ளிவிட்டு, பிறகு தானும் அந்த உடைந்த சன்னல் வழியாக வெளியே குதித்தார். இவை அனைத்திற்கும் ஒருசில நிமிடங்கள்கூட ஆகியிருக்காது, ஆனால் அந்த வெடி விபத்தின் தீவிரத்தாலும் அதனால் ஏற்பட்ட நெருப்பு மற்றும் வெப்பத்தின் காரணமாகவும், நாங்கள் தப்பிப்பதற்கான வழியைப் பற்றி யோசித்து என்னைக் காப்பாற்றுவதற்குள் சுதாகர் மிக மோசமாகக் காயமடைந்துவிட்டார். அவருக்குக் கடுமையான நெருப்புக் காயம் ஏற்பட்டதோடு மட்டுமன்றி, எந்தப் பாதுகாப்பும் இல்லாமல் கண்ணாடி சன்னலைத் தனது வெறும் கைகளால் உடைத்ததன் காரணமாக அவரது கைகளிலிருந்தும் ரத்தம் வழிந்து கொண்டிருந்தது.

இப்போது நெருப்பால் சூழப்பட்டிருந்த அந்த அறையிலிருந்து நாங்கள் தட்டுத் தடுமாறி வெளியேறியபோது, நான் சுதாகரைத் தாங்கிப் பிடித்துக் கொண்டு, என்னைக் காப்பாற்றியதற்காக அவருக்கு நன்றி கூறினேன். அவர் கடுமையான வேதனையை அனுபவித்துக் கொண்டிருந்தபோதும் என்னைப் பார்த்துப் புன்னகைத்து எனது வார்த்தைகளை அங்கீகரித்தார். தனது காயங்களிலிருந்து குணமடைவதற்காக அவர் பல வாரங்களை மருத்துவமனையில் செலவிட்டார். என்னைப் பொறுத்தவரை, என் வாழ்வின் மிகக் கொடூரமான விபத்தில் நான் மாட்டிக் கொண்டிருந்ததோடு மட்டுமன்றி, சாவின் விளிம்பிற்குச் சென்றுவிட்டு உயிர் பிழைத்துள்ள ஒருவரது உணர்வுகளை முதன்முறையாக நான் அனுபவித்துக் கொண்டும் இருந்தேன். உங்கள் வாழ்க்கையைக் காப்பாற்றுவதற்கு இன்னொருவர் தானே முன்வந்து உள்ளுணர்வுரீதியாகத் தனது வாழ்க்கையைப் பணயம் வைத்தார் என்பதை அறிவது விஷயங்களைச் சரியான கண்ணோட்டத்தில் பார்ப்பதற்கு உங்களுக்கு உதவுகின்ற ஒரு நம்புதற்கரிய அனுபவமாக இருக்கும். உயிரைப் பறிக்கவிருந்த ஓர் ஆபத்திலிருந்து உயிர் பிழைத்தவர்களும் மீட்கப்பட்டவர்களும் நிம்மதி உணர்வில் துவக்கி, குற்றவுணர்வு மற்றும் நன்றியுணர்வுவரை பல்வேறு வகையான உணர்ச்சிகளை அனுபவிப்பர். என் விஷயத்தில், ஒரு கூடுதல் பொறுப்புணர்வும் உடன் வந்தது. தனது சொந்தப் பாதுகாப்பைப் பற்றிக் கவலைப்படாமல் என் வாழ்க்கையானது காப்பாற்றப்பட வேண்டிய அளவுக்கு மதிப்புவாய்ந்தது என்று சுதாகர் நினைத்திருந்ததால், நாங்கள் இருவரும் சேர்ந்து செய்து கொண்டிருந்த வேலை முன்பு எப்போதையும்விட இப்போது ஒரு கணம்கூடத் தாமதத்தை எதிர்கொள்ளக்கூடாது என்பதை நான் உணர்ந்தேன்.

சுதாகரின் துணிச்சல் கதை எனக்கு உத்வேகத்தின் நிலையான மூலாதாரமாக இருந்து வந்துள்ளது. வாழ்வின் மிகச் சிறிய விவகாரங்களுக்கு நான் முக்கியத்துவம் கொடுப்பதாக நான் உணரும் சமயங்களிலும், வாழ்வின் லட்சியத்திலிருந்து என் பார்வை விலகுவதை நான் காணும் வேளைகளிலும், இந்தப் பிரபஞ்சத்தில் நான் ஒரு சிறு துகள்

மட்டுமே என்பதை நான் மறக்கும்போதும், இந்த அற்புதமான மனிதரை நான் நினைத்துப் பார்க்கிறேன். தங்களது வேலையை மட்டும் கவனித்துக் கொண்டு தங்கள் வழியே செல்கின்ற எங்களைப் போன்ற வழக்கமான ஓர் அறிவியலறிஞராகவே அவர் இருந்தார். ஆனால் ஓர் இக்கட்டான சூழலில் திடீரென்று மாட்டிக் கொண்டபோது தன்னைத் தானே காப்பாற்றிக் கொள்வது குறித்த மிக அடிப்படையான பயங்களிலிருந்து மீண்டு, ஓர் அசாதாரணமான காரியத்தை அவர் சாதித்தார்.

வாழ்க்கையைத் திரும்பிப் பார்க்கும்போது, இன்றுகூட என் இதயத்தில் மிக வேதனையான சுவடை விட்டுச் செல்கின்ற இன்னொரு நிகழ்வும் நினைவிற்கு வருகிறது. 1999ம் ஆண்டில் அரக்கோணத்தில் நடந்த விமான விபத்துதான் அது. அது எனக்குள் மிக ஆழமான வருத்தத்தை விட்டுச் சென்று, என் அகங்காரக் கட்டமைப்பை என்றென்றைக்குமாக மாற்றியமைத்தது. அது நிகழ்ந்த சில நாட்களில் நான் அதன் முக்கியத்துவத்தை உட்கிரகித்தேன் என்றாலும், என் உணர்வுகளை நான் ஒரு மலையளவு வேலைக்குள் புதைத்தேன். பல வருடங்களுக்குப் பிறகு, நானும் என் நண்பர் ஒருவரும் சேர்ந்து ஒரு புத்தகத்தை எழுதிக் கொண்டிருந்தபோதுதான் அந்தச் சம்பவம் குறித்த என்னுடைய உணர்வுகளை அவரிடம் என்னால் பகிர்ந்து கொள்ள முடிந்தது; பின்வருத்தம் மற்றும் துக்கத்திற்குள் மூழ்கிப் போகாமல், நிகழ்ந்திருந்த விஷயத்தை என்னால் மீண்டும் நினைவுபடுத்திப் பார்க்க முடிந்தது.

1999ம் ஆண்டு ஜனவரி மாதம் 11ம் நாளன்று, வான்வழி வேவு தொடர்பான ஓர் அறிவியல் பணித்திட்டம் நிமித்தமாக இரண்டு விமானங்கள் பெங்களூரில் இருந்து புறப்பட்டு, அரக்கோணம்—சென்னை கடற்கரைப் பகுதியை நோக்கிச் சென்று கொண்டிருந்தன. மோட்டோடோம் (விமானத்தின் மேற்பகுதியில் பொருத்தப்பட்ட 'டிஷ் ஆன்டெனா' போன்ற அமைப்பு) என்ற விமானக் கண்காணிப்பு அமைப்புமுறையைத் தாங்கிய ஆவ்ரோ விமானம் அவற்றில் ஒன்று. அது 10,000 அடி உயரத்திற்கு மேலெழும்பி, கடற்கரையின் மேலாக எங்கோ ஓரிடத்தில் ரேடார் பரிசோதனை நடத்தப்பட்டுக்

கொண்டிருந்த திசையை நோக்கிச் சென்றது. ஆவ்ரோ விமானம் புறப்படுவதற்குப் பதினைந்து நிமிடங்களுக்கு முன்பு, ஏ.என்.32 என்ற இன்னொரு விமானமும் பெங்களூரிலிருந்து புறப்பட்டது. ரேடார் பரிசோதனைக்கான இலக்கு விமானம் அது. ரேடார் பரிசோதனை கிட்டத்தட்ட ஒன்றரை மணிநேரம் நடைபெற்றது. ரேடார் அமைப்புமுறையின் செயல்பாட்டைக் கண்டு எல்லோருமே மகிழ்ச்சி கொண்டனர். மாலை சுமார் நான்கு மணியளவில் ஏ.என்.32 விமானம் அரக்கோணத்தில் தரையிறங்கியது. ஆவ்ரோ விமானமும் இதே நேரத்தில் அரக்கோணத்தை நோக்கிப் பயணிக்கத் துவங்கியது. அது 10,000 அடி உயரத்திருந்து 5,000 அடி உயரத்திற்குக் கீழிறங்கத் துவங்கியபோது எல்லாமே சிறப்பாக இயங்கிக் கொண்டிருந்தது. ஆனால், ஆவ்ரோ விமானம், விமானத் தளத்திலிருந்து சுமார் 5 மைல் தூரத்தில் இருந்தபோது, விமானத்தின் மேற்பகுதியிலிருந்த மோட்டோடோம் கீழே விழுந்துவிட்டது. திடீரென்று ஏற்பட்ட இந்தச் சமமின்மையால், விமானம் நிலை தடுமாறி, உடனடியாகத் தரையில் வந்து மோதியது. அதிலிருந்த எட்டுப் பேரும் இறந்துவிட்டனர்.

நான் புதுதில்லியில் ராணுவ ஆய்வுக் குழுவுடனான ஒரு சந்திப்புக்கூட்டத்தில் இருந்தபோது அந்த விபத்துப் பற்றிய செய்தி எனக்குக் கிடைத்தது. நான் பாதியிலேயே அந்தக் கூட்டத்தைவிட்டு வெளியேறி, பெங்களூருக்கு விமானம் மூலமாகப் பயணமானேன். ஏர் சீஃப் மார்ஷல் ஏ.ஒய்.டிப்னிஸூம் அங்கே இருந்தார். அதைத் தொடர்ந்து வந்த நாட்கள் என் இதயத்தைக் கசக்கிப் பிழிந்தன. இழப்பிற்கு ஆளான குடும்பங்களை நான் நேரில் சந்தித்தேன். விபத்தில் காலமானவர்கள் சிலருக்கு இளம் மனைவியர் இருந்தனர். சிலருக்குக் கைக்குழந்தைகளும் இருந்தனர். இவர்களுக்கு என்னால் என்ன ஆறுதல் கூற முடியும்? அவர்களுடைய அன்புக்குரிய கணவன்மார்களும் மகன்களும் நாட்டின் தற்காப்பு வேலைகளில் ஈடுபட்டு நாட்டிற்காக உயிர் நீத்திருந்தனர் என்று கூறுவதா? தங்களது மிக மோசமான பயங்கள் உண்மையாகிவிட்டிருக்கும்போது இது அவர்களுக்கு எந்த விதத்தில் ஆறுதல் அளிக்கும்? ஓர் இளம் தாய் தனது குழந்தையைச் சுட்டிக்காட்டியபடி,

"இந்தப் பச்சிளம் குழந்தையை யார் பார்த்துக் கொள்வார்கள்?" என்று என்னிடம் கேட்டபோது, அவருக்கு என்ன பதில் கூறுவதென்று தெரியாமல் அதிர்ச்சியில் நான் வாயடைத்துப் போய் நின்றேன். விபத்தில் காலமான இன்னொருவரின் தாயார் என்னிடம் கேட்டக் கேள்வி இன்றுவரை என்னைத் துரத்திக் கொண்டிருக்கிறது: "இதை ஏன் நீங்கள் எங்களுக்குச் செய்தீர்கள்?"

அந்த விமான விபத்து மிகத் தீவிரமானதாக இருந்ததால், அந்த எட்டுப் பேரின் எஞ்சிய உடல் பாகங்களை எங்களால் கண்டுபிடிக்க முடியவில்லை. எங்களால் செய்ய முடிந்ததெல்லாம், அவர்களது குடும்பங்களுக்கு ஆறுதல் அளிப்பதற்காக சில சவப்பெட்டிகளைத் தயாரித்தது மட்டும்தான். விமானப்படைக் கூடத்தில் அவற்றை நாங்கள் வரிசையாக வைத்தோம். தங்கள் வேலைகளைச் செய்வதற்காக மதிய வேளையில் புறப்பட்டுச் சென்று, மீண்டும் ஒருபோதும் வீட்டிற்குத் திரும்பி வராத அந்த எட்டுப் பேருக்கும் விடைகொடுத்து நான் எப்படியோ ஓர் உரையாற்றினேன். அன்றிரவு நான் மிகுந்த களைப்போடு என் அறைக்குத் திரும்பினேன். துக்கமும் கவலையும் குற்ற உணர்வும் என்னைத் துவம்சம் செய்திருந்தன. நான் என் நாட்குறிப்பில் இவ்வாறு எழுதினேன்:

விளக்குகள் வேறாக இருக்கலாம்
ஆனால் ஒளி ஒன்றேதான்
இவ்வுலகிற்கு நீங்கள் திருப்பி அளித்த
லௌகீக ஆனந்தங்கள்
நீங்கள் என் ஆத்மாவின் ஆழத்தில் என்றும் இருப்பீர்.

இந்த நிகழ்விற்குப் பிறகு பல ஆண்டுகள் கழித்து, நான் புதுதில்லியில் இருந்த என் அலுவலகத்தைவிட்டு வெளியேறி ஜனாதிபதி மாளிகைக்குள் நுழைந்தேன். ஆனால் கணவன்மார்களை இழந்த அப்பெண்களின் அலறலும், கதிகலங்கிப் போன பெற்றோர்களின் துக்கமும், குழந்தைகளின் அழுகையும் அங்கும் என்னை விடவில்லை. அதைப் பற்றி நான் நினைத்துப் பார்க்கும்போது, அந்த

எட்டுப் பேரையும் கடைசியாக ஒரு முறை பார்க்கக்கூட அவர்களால் முடியவில்லை என்பதும், வெற்றுச் சவப்பெட்டிகளைக் கொண்டு அவர்கள் தங்களைச் சமாதானப்படுத்திக் கொள்ள வேண்டியிருந்தது என்பதும் என் இதயத்தைச் கசக்கிப் பிழிந்தன. அறிவியல் மற்றும் தற்காப்புத் தொழில்நுட்பங்களுக்கான மாபெரும் திட்டங்கள் வகுக்கப்படும்போது, ஆய்வுக்கூடங்களிலும் பணித்தளங்களிலும் உழல்கின்ற மக்கள் செய்ய வேண்டியிருக்கின்ற தியாகங்களைப் பற்றி அதிகாரத்தில் உள்ள மக்கள் சிந்தித்துப் பார்க்கிறார்களா? அரசியல் அலங்காரப் பேச்சு மட்டுமே ஒரு நாட்டை உருவாக்குவதில்லை. தியாகம், கடும் உழைப்பு, நற்பண்பு ஆகியவற்றின் சக்தியும் அதற்குத் தேவை. அதுதான் உண்மையான தேச உருவாக்கம்.

மற்றவர்கள்மீது அதிகாரம் செலுத்துவதற்கான பதவிகளை நாம் எட்டும்போது, வெற்றியின் உச்சத்தை நாம் அடைந்துவிட்டதாக நாம் நம்புகிறோம். ஆனால் இந்த நேரத்தில்தான் நாம் சற்றுத் திரும்பிப் பார்த்து, எத்தனைப் பேருடைய கடின உழைப்பு மற்றும் தியாகங்களின்மீது நாம் நம் கோட்டைகளைக் கட்டியுள்ளோம் என்பது குறித்த விழிப்புணர்வைப் பெற வேண்டியது அவசியமாகிறது. இந்நிகழ்வு குறித்து எனது நண்பர் அருண் திவாரியுடன் நான் பேசிக் கொண்டிருந்தபோது, அவர் என்னிடம், “இது எதை உணர்த்துகிறது?” என்று கேட்டார். அதற்கு நான், “நீங்கள் ஒரு மெழுகுவர்த்தி என்பதுபோலப் பாசாங்கு செய்யாதீர்கள், ஒரு விட்டில் பூச்சியாக இருங்கள். சேவை செய்வதிலுள்ள சக்தியை அறிந்து கொள்ளுங்கள். அரசியலின் புற வடிவங்களில் நாம் சிக்கிக் கொண்டிருப்பதுபோலத் தெரிகிறது. இதுதான் தேச உருவாக்கம் என்று நாம் தவறாக நினைத்துக் கொண்டுள்ளோம். அரிதாகவே தென்படுகின்ற தியாகங்களும் கடின உழைப்பும் துணிச்சலும்தான் உண்மையிலேயே ஒரு தேசத்தை உருவாக்குகின்றன,” என்று பதிலளித்தேன்.

இந்த நிகழ்வுகளைப் பற்றி இப்போது நான் சிந்தித்துப் பார்க்கும்போது, அவற்றின் உடனடித் தாக்கத்தை மட்டுமன்றி, சுதாகர் மருத்துவமனையில் இருந்தது, விமான

விபத்தில் காலமானவர்களின் குடும்பங்களுக்கு நீண்டகால இழுத்தடிப்பிற்குப் பிறகு அரசாங்கத்திடமிருந்து கிடைத்த இழப்பீடு போன்ற, அந்த விபத்துக்களைத் தொடர்ந்து நடந்தேறிய நிகழ்வுகளைப் பற்றியும் நினைக்கும்போது, ஓர் ஆழ்ந்த தனிமையை நான் உணர்கிறேன். வருத்தத்தில் நீங்கள் உண்மையிலேயே தனியாகத்தான் இருக்கிறீர்கள். இந்த நேரத்தில்தான் உங்களுடைய உண்மையான சுயம் உங்களுக்கு வெளிப்படுத்தப்படுகிறது. நான் பிரபஞ்சப் பேரறிவைத் தொட்டுணர்ந்ததைப்போல உணர்ந்தேன். வாழ்க்கை மற்றும் இருத்தல் பற்றிய கேள்விகள் புதிய தீர்மானங்களையும் புதிய ஆழமான ஞானத்தையும் பிரசவித்தன. நாம் ஒவ்வொருவருமே நம் வாழ்வில் மரணத்தையும் மன வேதனையையும் எதிர்கொள்ள வேண்டியிருக்கிறது. ஆனால் இப்புவியில் எண்பது வருடங்களுக்கும் மேலாக நான் வாழ்ந்து வந்துள்ளதில் நான் ஏதேனும் ஒன்றைக் கற்றுக் கொண்டுள்ளேன் என்றால் அது இதுதான்: இக்கணங்கள்தான் நமது உண்மையான நண்பர்கள். பேருவகை என்பது கணநேரம் மட்டுமே நிலைத்திருக்கும் ஒன்று. ஆனால் உண்மையான மகிழ்ச்சியும் அமைதியும் ஒரு தீவிரமான வேதனைக்குப் பிறகே நம்மை வந்தடைகின்றன. நமது ஆன்மா எனும் கண்ணாடியில் நம்மை நாமே எதிர்கொண்டு, நம்மைப் பற்றி நாம் புரிந்து கொண்ட பிறகே அந்த மகிழ்ச்சியும் அமைதியும் நம் வசமாகும்.

எனது இன்னொரு வழிகாட்டி: டாக்டர் விக்ரம் சாராபாய்

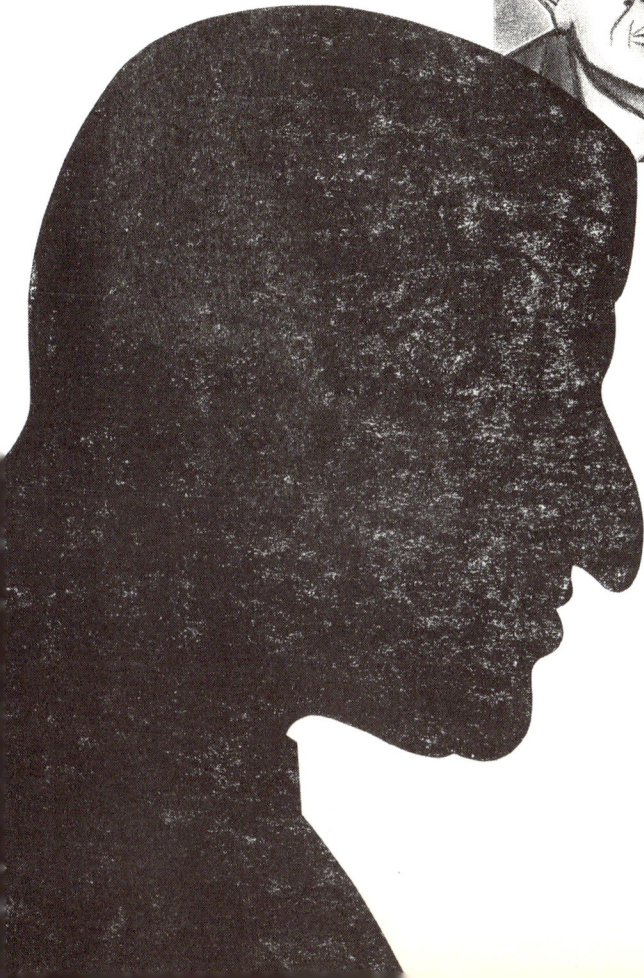

ஆசிரியர்களும் நம்பிக்கைக்குரிய வழிகாட்டிகளும் பல்வேறு நிலைகளில் நம் வாழ்விற்குள் வருகின்றனர். நான் சிறுவனாக இருந்தபோது, என் பெற்றோர்கள் மற்றும் ஆசிரியர்களின் வழிகாட்டுதலை நான் எதிர்பார்த்தேன். பிறகு, நான் ஒரு வளர்ந்த மனிதனாக உருவாகிக் கொண்டிருந்தபோது, எனதருமை நண்பரும் எனது வழிகாட்டியுமான அகமது ஜலாலுதீன் அந்த இன்றியமையாத வருடங்களில் என்னை வழிநடத்தினார். எனது தொழில்வாழ்க்கை துவங்கிக் கொண்டிருந்த நேரத்தில், டாக்டர் விக்ரம் சாராபாய் போன்ற ஒரு மனிதருடைய வட்டத்திற்குள் வருவதற்கு நான் பெரும் அதிர்ஷ்டம் செய்திருக்க வேண்டும்.

ஓர் அறிவியலறிஞரும் கல்வியாளரும் கட்டமைப்புகளின் உருவாக்க இயலாளரும் முன்னோக்குச் சிந்தனையைக் கொண்டவருமான டாக்டர் சாராபாய், நவீன இந்தியாவின் மிகப் பெரிய சிந்தனையாளர்கள் மற்றும் சாதனையாளர்களில் ஒருவர். மிக நுண்ணிய அறிவை ஓர் அருமையான தலைவரின் பண்புநலன்களோடு அவர் ஒன்றிணைத்தார். நாடு சுதந்திரம் பெற்றப் பிறகு, அதன் ஆரம்பகால விண்வெளித் திட்டத்திற்குத் தலைமையேற்க அவர் தேர்ந்தெடுக்கப்பட்டது நம் நாடு செய்த நல்ல அதிர்ஷ்டம் என்றுதான் கூற வேண்டும். அவரைப் பற்றியும் அவரது பல சாதனைகளைப் பற்றியும் ஏகப்பட்ட விஷயங்கள் ஏற்கனவே எழுதப்பட்டுள்ளன. இந்திய விண்வெளி ஆராய்ச்சி நிறுவனத்தை அவர் தோற்றுவித்தார், இந்தியாவின் விண்வெளித் திட்டங்களை முடுக்கினார், அணுசக்திக் குழுவின் தலைவராக இருந்தார், எண்ணற்றப் பிற தொழிற்துறைகளையும் கல்வி நிறுவனங்களையும் தோற்றுவித்தார். அகமதாபாத் நகரில் அமைந்த ஐஐஎம் அவர் துவக்கியதுதான். இவை அனைத்தும் ஒரு ஜாம்பவானின் சாதனைகள். என்னைப் போன்ற ஓர் இளம் ராக்கெட் பொறியாளருக்கு இவை அனைத்தும் சேர்ந்து அவரை ஒரு கதாநாயகனாகச் சித்தரித்தன. நான் இருந்த

இடத்திலிருந்து அண்ணாந்து பார்க்கும் ஒருவராக அவர் இருந்தார்.

ராக்கெட் பொறியாளர் பதவிக்கான நேர்முகத் தேர்வின்போதுதான் நான் அவரை முதன்முதலில் சந்தித்தேன். டாட்டா அடிப்படை ஆய்வு மையத்தைச் சேர்ந்த பேராசிரியர் எம்.ஜி.கே.மேனன், பெங்களூரில், காற்று—மெத்தை ஊர்திப் பணித்திட்டமான நந்தி திட்டத்தில் எனது வேலைப்பாட்டைப் பார்த்தப் பிறகு, அந்த நேர்முகத் தேர்விற்கான அழைப்பு எதிர்பாராத விதத்தில் எனக்கு வந்திருந்தது. அந்த நேர்முகத் தேர்வில் எதை எதிர்பார்ப்பது என்றோ, அல்லது யார் அதை நடத்துவார்கள் என்றோ எனக்கு எள்ளளவு யோசனைகூட இருக்கவில்லை. எந்தெந்த அம்சங்களில் என் அறிவை அவர்கள் சோதிப்பார்கள் என்றும் எனக்குத் துல்லியமாகத் தெரிந்திருக்கவில்லை. அந்த நேர்முகத் தேர்வின் முடிவு தொடர்பாக அதிகமாக எதுவும் எதிர்பார்க்க வேண்டாம் என்று எனக்கு நானே கூறிக் கொண்டு, திறந்த மனத்துடன் நான் மும்பைக்குச் சென்றேன். வெற்றி பெறுவதற்கான சிறந்த வழி, வெற்றியின்மீது அளவுக்கதிகமான விருப்பம் கொள்ளாமல் இருப்பதும், புதிய சவால்கள் குறித்து ஓர் அமைதியான, திறந்த மனத்தைக் கொண்டிருப்பதும்தான் என்பதை வாழ்க்கை ஏற்கனவே எனக்குக் கற்றுக் கொடுத்திருந்தது.

டாக்டர் சாராபாய், பேராசிரியர் மேனன், அணுசக்திப் பேரவையின் துணைச் செயலாளர் திரு. சரஃப் ஆகியோர் என்னை நேர்முகத் தேர்வு செய்தனர். அவர்கள் ஒவ்வொருவரும் அறிவியலறிவின் ஒரு களஞ்சியமாகத் திகழ்ந்தனர். ஆனாலும் அந்த அறையில் நான் உணர்ந்த அன்பும் அருமையான இங்கிதமும் குறிப்பிடத்தக்கவையாக இருந்தன. டாக்டர் விக்ரம் சாராபாயுடனான எனது எதிர்கால உறவிற்கு அந்த நேர்முகத் தேர்வு ஓர் அடித்தளமாக அமைந்தது. அவர் எனது சிந்தனைச் செயல்முறைகள் தொடர்பாகவே என்னை அதிகமாகச் சோதித்தார். அதன் மூலம் அவர் எனது அறிவுத் திறனைக் கண்டுபிடிக்க முயற்சித்ததோடு மட்டுமல்லாமல், ஒரு தனிநபர் என்ற முறையில் நான் எப்படிப்பட்டவன், என் இலக்குகள் எங்கே இருந்தன, தொழில்முறைரீதியானவன்

என்ற முறையிலும் ஒரு மனிதன் என்ற முறையிலும் எனக்குள் நான் கொண்டிருந்த வளர்ச்சிக்கான சாத்தியக்கூறுகள் ஆகியவற்றையும் அவர் தெரிந்து கொள்ள விரும்பினார். அவர் என்னை ஊக்குவித்தார், என்னிடம் நட்புணர்வோடு நடந்து கொண்டார், நான் கூறியதைக் காது கொடுத்துக் கேட்டார். அவர் என் பேச்சை உன்னிப்பாகக் கேட்ட விதம், அவர் வெறுமனே ஒரு பொறியாளரை நியமித்துக் கொண்டிருக்கவில்லை, மாறாக, அவர் எனது எதிர்காலச் சாத்தியக்கூற்றைப் பார்த்துக் கொண்டிருந்தார், தனது நேரத்தையும் கரிசனத்தையும் என்மீது முதலீடு செய்து கொண்டிருந்தார் என்பதை உள்ளுணர்வுரீதியாக எனக்கு உணர்த்தியது. நாட்டின் விண்வெளித் திட்டத்திற்கான தனது பெரிய முன்னோக்கிற்குள் எனது எண்ணங்களையும் கனவுகளையும் அடக்கிக் கொள்ளத் தயாராக இருந்த, அவரைப் போன்ற ஆளுமையைக் கொண்ட ஒருவரை என் தொழில் வாழ்க்கையில் அப்போதுதான் நான் முதன்முறையாகப் பார்த்தேன்.

இந்திய தேசிய விண்வெளி ஆய்வுக் குழுவில் வேலை செய்ய நான் தேர்ந்தெடுக்கப்பட்டேன். என்னைப் பொறுத்தவரை, அது என் கனவு மெய்யானதைப் போன்று இருந்தது. என் தொழில்வாழ்க்கையில் அது ஒரு மாபெரும் மைல்கல்லாகும். அந்நிறுவனத்தில் நான் எனது பாத்திரத்திற்குள் சௌகரியமாக என்னைப் பொருத்திக் கொண்டு, அந்நிறுவனத்தையும் அதன் செயல்முறைகளையும் மக்களையும் தெரிந்து கொண்டபோது, முன்பு நான் பணியாற்றிய இடத்திலிருந்து அது மிகவும் வேறுபட்டிருந்ததைக் கண்டு ஆச்சரியமடைந்தேன். இங்கிருந்த சூழல் அதிக ஆசுவாசமானதாக இருந்தது. பட்டங்களோ அல்லது அடுக்கதிகார அமைப்போ இங்கு அவ்வளவு முக்கியமானதாகக் கருதப்படவில்லை.

இதன் பிறகு, விரைவில், டாக்டர் சாராபாய் எவ்வாறு தும்பா ராக்கெட் ஏவுதளத்தை அமைத்தார் என்ற கதையை நான் செவிமடுத்தேன். இக்கதையைக் கூறுவதற்கு நான் ஒருபோதும் களைப்படைவதே இல்லை. ஏனெனில், என்னைப் பொறுத்தவரை, இது என் வாழ்வின் இரட்டை

வழிகாட்டி ஆற்றல்களான அறிவியல் மற்றும் ஆன்மீகத்தின் கச்சிதமான சங்கமமாகும்.

அது 1962ம் ஆண்டு. டாக்டர் விக்ரம் சாராபாய் ஒரு விண்வெளி ஆராய்ச்சி நிலையத்தை நிறுவுவதற்கு ஓர் இடத்தைத் தேடிக் கொண்டிருந்தார். அவர் பல இடங்களுக்கும் விஜயம் செய்தார். கேரளத்தில் தும்பா எனும் இடத்தை அவர் தேர்ந்தெடுத்தார். அது நிலநடுக்கோட்டிற்கு அருகில் இருப்பதாலும், வளிமண்டல அமைப்புமுறை ஆய்வோடு கூடவே, மேல் வளிமண்டலத்தில் அயனிமண்டல ஆய்விற்கும் அது கச்சிதமாகப் பொருந்தியிருப்பதாலும் அவர் அதைத் தேர்ந்தெடுத்தார். டாக்டர் சாராபாய் தும்பாவிற்கு விஜயம் செய்தபோது, அந்த வட்டாரத்தில் ஏராளமான கிராமங்கள் இருந்தன, ஆயிரக்கணக்கான மீனவர்கள் அப்பகுதியில் வாழ்ந்து கொண்டிருந்தனர். அங்கு புனித மேரி மேக்தலீன் தேவாலயம் என்ற ஓர் அழகிய தேவாலயமும், அதனருகில் அதன் ஆயரின் வீடும் இருந்தன. ஆய்வுக்கான வசதிகளைக் கட்டியெழுப்புவதற்கு அந்த இடத்தை வாங்குவதற்காக டாக்டர் சாராபாய் பல அரசியல்வாதிகளையும் அதிகாரிகளையும் சந்தித்தார். ஆனால் அதற்கு அனுமதி வாங்குவது அவருக்கு மிகவும் கடினமானதாக இருந்தது. இறுதியில், திருவனந்தபுரத்தின் ஆயரான மறைதிரு தந்தை டாக்டர் பீட்டர் பெர்னார்டு பெரைராவைப் பார்க்கும்படி அவரிடம் கேட்டுக் கொள்ளப்பட்டது. டாக்டர் சாராபாய் ஒரு சனிக்கிழமையன்று அந்த ஆயரைச் சந்தித்தார். அந்த ஆயர் டாக்டர் சாராபாயைப் பார்த்துப் புன்னகைத்துவிட்டு, அடுத்த நாளான ஞாயிற்றுகிழமை அன்று தன்னை வந்து சந்திக்கும்படி அவரிடம் கூறினார். அன்று, தேவாலயத்தில் சேவை முடிந்த பிறகு, அந்த ஆயர் தனது தேவாலய உறுப்பினர்களைப் பார்த்து, "எனதருமை மக்களே, இங்கு என்னுடன் ஒரு பிரபல அறிவியலறிஞர் இருக்கிறார். விண்வெளி அறிவியல் ஆராய்ச்சிக்காக நமது தேவாலயத்தையும் நான் வாழும் இடத்தையும் அவர் பெற விரும்புகிறார். அறிவியலானது பகுத்தறிவதன் மூலம் உண்மையைத் தேடுகிறது. ஒரு விதத்தில் அறிவியலும் ஆன்மீகமும் நல்லதைச் செய்வதற்கு ஒரே தெய்வீக ஆசீர்வாதங்களைத்தான் நாடுகின்றன. கடவுளின் இந்த

உறைவிடத்தை ஓர் அறிவியல் பணித்திட்டத்திற்காக நாம் கொடுக்கலாமா?" என்று கேட்டார். தேவாலய உறுப்பினர்களிடமிருந்து ஒருசேர எழுந்த 'ஆமென்' என்ற ஒலி அந்த தேவாலயம் முழுக்க எதிரொலித்தது. அதைத் தொடர்ந்து, இந்திய விண்வெளி ஆராய்ச்சி நிறுவனத்தை நிறுவுவது என்ற இந்தியாவின் தேசிய இலக்கிற்கு அந்த தேவாலயக் கட்டிடத்தை அர்ப்பணிப்பது என்ற உன்னதமான தீர்மானத்தை மறைதிரு டாக்டர் பீட்டர் பெர்னார்டு பெரைரா மேற்கொண்டார். அங்குதான் எங்களது வடிவமைப்பு மையம் அமைந்தது. அங்குதான் நாங்கள் ராக்கெட்டை உருவாக்கத் துவங்கினோம், மின்னிழைச் சுழற்சி இயந்திரத்தை வடிவமைத்தோம். ஆயரின் வீடு எங்களது அறிவியலறிஞர்களின் குடியிருப்பாக மாறியது. அந்த நேரத்திலிருந்து தேவாலயக் கட்டிடம் மிகுந்த அன்போடும் அக்கறையோடும் பராமரிக்கப்பட்டு வந்துள்ளது. எங்களது விண்வெளித் திட்டங்கள் எங்கு துவங்கின என்பதற்கான ஒரு நினைவூட்டலாக அது இருந்து வருகிறது. இன்று அந்த தேவாலயம் இந்திய விண்வெளி அருங்காட்சியகத்தைத் தாங்கி நிற்கிறது. பின்னாளில், தும்பா ராக்கெட் ஏவுதளமானது, விக்ரம் சாராபாய் விண்வெளி மையத்தையும் நாடு நெடுகிலும் பல்வேறு விண்வெளி மையங்களையும் நிறுவுவதற்கு வழிவகுத்தது.

நான் அந்த நிகழ்வை நினைத்துப் பார்க்கும்போது, ஆன்மீகத் தலைவர்களும் அறிவியல் தலைவர்களும் பெரிய இலக்குகள் குறித்து ஞானத்துடன் எவ்வளவு இணக்கமாகச் செயல்பட்டனர் என்பதை என்னால் பார்க்க முடிகிறது. பின்னாளில், தும்பாவில் ஒரு புதிய தேவாலயமும் பல புதிய பள்ளிக்கூடங்களும் மின்னல் வேகத்தில் நிறுவப்பட்டன. தும்பா ராக்கெட் ஏவுதளம், விக்ரம் சாராபாய் விண்வெளி மையம் ஆகியவற்றின் தோற்றம், உலகத் தரம் வாய்ந்த ராக்கெட் அமைப்புமுறைகளை வடிவமைப்பதற்கும் உருவாக்குவதற்கும் தயாரிப்பதற்குமான திறனை இந்தியாவிற்குக் கொடுத்தது. புவியிணக்க, சூரியவிணக்க, மற்றும் வானிலை ஆய்வு விண்வெளிக் கலன், தகவல் தொடர்புச் செயற்கைக்கோள்கள், தொலையுணர் செயற்கைக்கோள்கள் ஆகியவற்றை ஏவுவதற்கான திறனை இந்தியா வளர்த்துக் கொண்டது.

இது விரைவான தகவல் தொடர்பையும் வானிலை முன்னறிவிப்பையும் சாத்தியமாக்கியது. அதோடு, நாட்டின் நீர் வாயில்களைக் கண்டுபிடிப்பதிலும் அது உதவியது. டாக்டர் விக்ரம் சாராபாயும் மறைதிரு டாக்டர் பீட்டர் பெர்னார்டு பெரைராவும் இன்று நம்மிடையே இல்லை. ஆனாலும், மற்றவர்களின் வாழ்விற்கு மதிப்பைக் கொண்டு வருகின்ற மலரும் மலர்களாக அவர்களை நான் பார்க்கிறேன்.

ராக்கெட் ஏவுதளம் ஒன்றை நாங்கள் எவ்வாறு பெற்றோம் என்பது பற்றிய இக்கதை எல்லாத் தலைமுறையினருக்கும் ஓர் உத்வேகமூட்டும் செய்தியாக உள்ளது. இது மனங்களின் ஒருங்கிணைப்பைப் பற்றியது. அறிவியல் ஆராய்ச்சிக்காக ஒரு தேவாலயம் உலகில் வேறு எங்கும் கொடுக்கப்பட்டதில்லை. அது இந்தியாவில் மட்டுமே நிகழ்ந்துள்ளது. எல்லோரிடத்திலும் பரப்பப்பட வேண்டிய ஒரு மிகப் பெரிய செய்தி இது. மதத்தின் மிகச் சிறந்த அம்சத்தை, சமூகத்தை வடிவமைப்பதற்கான ஓர் ஆன்மீக ஆற்றலாக உருமாற்ற முடியும் என்பதுதான் அச்செய்தி.

இன்று இந்திய விண்வெளி ஆராய்ச்சி நிறுவனம் என்று அழைக்கப்படுகின்ற அமைப்பில் நான் என் வேலையைத் தொடர்ந்தபோது, டாக்டர் சாராபாயை நான் அடிக்கடிச் சந்தித்தேன். தும்பாவில் அவர் ஒரு விண்வெளி ஆராய்ச்சி மையத்தை நிறுவியதன் மூலமும், இந்தியா தனது சொந்தச் செயற்கைக்கோள் ஏவூர்தியை உருவாக்குவது பற்றிய யோசனையை முன்மொழிந்ததன் மூலமும், அதே நேரத்தில் மிகக் கடுமையான நிலப்பகுதியிலிருந்துகூட ராணுவ விமானங்கள் மேலெழும்புவதற்கு உதவக்கூடிய ராக்கெட் உதவியுடன்கூடிய மேலெழும்புதல் அமைப்புமுறையை உருவாக்கியதன் மூலமும் நாட்டின் விண்வெளித் திட்டம் குறித்தத் தனது முன்னோக்கிற்கு அவர் வடிவம் கொடுத்துக் கொண்டிருந்தார். அவரது மனம் செயல்பட்ட விதத்தைக் கண்டு நான் வியந்தேன். எங்கள் யாருக்கும் வெளிப்படையாகப் புலப்படாத தெளிவான யோசனைகளையும் முன்னோக்கிப் பார்ப்பதற்கான திறனையும் அவரது மனம் கொண்டிருந்தது.

டாக்டர் சாராபாயின் தலைமைத்துவப் பண்புநலன்கள், ஒரு குறிக்கோளுணர்வுடன் செயல்படுவதற்கு அவரது நிறுவனத்தில் இருந்த மிக இளைய நபருக்குக்கூட உத்வேகத்தை ஏற்படுத்தக்கூடிய அளவுக்கு ஆற்றல்மிக்கவையாக இருந்தன. அவரை ஒரு மாபெரும் தலைவராக ஆக்கிய சில அடிப்படைப் பண்புநலன்களை நான் இங்கு ஒவ்வொன்றாகக் குறிப்பிட விரும்புகிறேன்.

முதலில், அடுத்தவர் கூறுவதைக் காதுகொடுத்துக் கேட்பதற்கு அவர் எப்போதுமே தயாராக இருந்தார். இந்திய நிறுவனங்களில், மேல்நிலையில் இருப்பவர்கள் தங்களுக்குக் கீழே இருக்கின்ற இளநிலையாளர்கள் மற்றும் சார்புநிலைப் பணியாளர்கள் கூறுவதைக் காதுகொடுத்துக் கேட்கத் தயங்குவதுதான் வளர்ச்சியை அடிக்கடித் தடுக்கின்றது. அனைத்துத் தீர்மானங்களும் யோசனைகளும் மேல்மட்டத்திலிருந்தே கீழ்மட்டத்திற்கு வந்து சேர வேண்டும் என்ற ஒரு நம்பிக்கை நிலவுகிறது. தலைமைத்துவத்திற்கும் அடக்கி ஒடுக்குவதற்கும் இடையேயான கோடு மிக மெல்லிய ஒன்றாகும். டாக்டர் சாராபாய் எங்கள்மீது கொண்டிருந்த நம்பிக்கையின் அளவு எங்களை அடிக்கடி ஆச்சரியத்திற்கு உள்ளாக்கியது. இந்திய தேசிய விண்வெளி ஆய்வுக் குழுவில் நாங்கள் அனைவரும், உள்ளுக்குள் பெருமளவு ஆர்வச் சுறுசுறுப்பையும் உற்சாகத்தையும் கொண்டிருந்த, அனுபவமற்ற, இளவயதுப் பொறியாளர்களாக இருந்தோம். டாக்டர் சாராபாய் எங்களுக்கு ஒரு முன்னோக்கைக் கொடுத்ததன் மூலமும் ஒரு மிகப் பெரிய முழுமையில் நாங்களும் ஒரு பகுதி என்ற உணர்வை எங்களுக்குக் கொடுத்ததன் மூலமும் எங்களது இளமையான உற்சாகவுணர்வைப் பயன்படுத்திக் கொண்டார். தும்பாவிற்கு அவர் விஜயம் செய்வதற்கு முந்தைய சில நாட்களில் அங்கு நடவடிக்கைகள் மிகவும் மும்முரமாக நடைபெற்றுக் கொண்டிருக்கும். அவர் அங்கு வந்தபோதெல்லாம், புதிதாக உருவாக்கப்பட்டுள்ள ஏதேனும் ஒன்றை அவரிடம் காட்டுவதற்கு நாங்கள் ஒவ்வொருவரும் விரும்பினோம் — அது ஒரு புதிய வடிவமைப்பாக இருந்தாலும் சரி, அல்லது ஒரு புதிய கட்டுமானமாகவோ அல்லது ஒரு புதிய நிர்வாகச்

செயல்முறையாகவோ இருந்தாலும் சரி. எங்கள் சொந்த வழியில் நாங்கள் தலைவர்களாக ஆவதற்கு அவர் எங்களைத் தயார்படுத்தினார்.

ஒரு தலைவருக்குப் பேருதவி புரிகின்ற இன்னொரு பண்புநலன் படைப்புத்திறனுடன் சிந்திப்பதற்கான திறன். நாங்கள் செயற்கைக்கோள் ஏவுகலனையும் ராக்கெட் உதவியுன்கூடிய மேலெழும்புதல் அமைப்புமுறையையும் உருவாக்க வேண்டும் என்று டாக்டர் சாராபாய் தீர்மானித்தபோது, துவக்கத்தில் இவை இரண்டுக்கும் இடையே எந்தவோர் உடனடித் தொடர்பும் இல்லாததுபோலத் தோன்றியது. ஆனால், முதலில் தொடர்பற்றவையாகத் தோன்றிய அவரது எண்ணங்களும் செயல்களும் உண்மையில் ஒன்றோடொன்று ஆழமாகத் தொடர்பு கொண்டவையாக இருந்தது காலப்போக்கில் எங்களுக்கு மீண்டும் மீண்டும் நிரூபிக்கப்பட்டது. இதை விரைவில் உணர்ந்து கொண்ட நான், எங்களது பரிசோதனைக்கூடத்தில் செயல்படுத்தப்படவிருந்த வழக்கத்திற்கு மாறான மற்றும் அதிக முயற்சியை எதிர்பார்த்த வேலைகள் என்னிடம் ஒப்படைக்கப்படுவதற்காக ஆவலோடு காத்துக் கொண்டிருந்தேன். டாக்டர் சாராபாய், இந்தியாவின் விண்வெளித் திட்டத்தை, ராக்கெட்டுகள், செயற்கைக்கோள்கள், ஏவுகலன்கள், ஏவுதளங்கள் ஆகியவற்றின் வடிவமைப்பையும் தயாரிப்பையும் உள்ளடக்கிய ஓர் ஒருங்கிணைந்த முழுமையாகப் பார்த்தார். ராக்கெட் எரிபொருட்கள், முற்செலுத்தி அமைப்புமுறைகள், வானூர்திப் பொறியியல் மற்றும் விண்வெளிப் பொருட்கள், தடங்காணும் அமைப்புகள் மற்றும் கருவிகளை உருவாக்குவதற்கான ஒரு பரந்துபட்டத் திட்டமும் அகமதாபாதில் அமைந்த விண்வெளி அறிவியல் மற்றும் தொழில்நுட்ப மையத்திலும் இயற்பியல் ஆராய்ச்சி ஆய்வுக்கூடத்திலும் சூடு பிடித்தது. இந்தியாவில் ராக்கெட்டுகளை உருவாக்குவது குறித்த ஒரு முன்னோக்கிற்கு டாக்டர் சாராபாய் வடிவம் கொடுத்தபோது, நாட்டில் பெரும்பான்மையினர் பசியோடும் ஏழ்மையோடும் போராடிக் கொண்டிருந்த நேரத்தில் இப்படிப்பட்ட ஒரு திட்டம் நம் நாட்டிற்குத்

தேவைதானா என்று அவரிடம் கேள்வி கேட்கப்பட்டது. ஆனால், நாடு எல்லா விதத்திலும் தற்சார்புடன் இருப்பதும், நிஜ உலகப் பிரச்சனைகளைக் களைவதற்கு மேம்பட்டத் தொழில்நுட்பங்களைப் பயன்படுத்தும் திறனைப் பெற்றிருப்பதும் சாத்தியப்பட்டால் மட்டுமே உலக விவகாரங்களில் இந்தியாவால் ஓர் அர்த்தமுள்ள பங்கு வகிக்க முடியும் என்பதில் டாக்டர் சாராபாய் ஜவஹர்லால் நேருவுடன் உடன்பட்டார். எனவே இந்திய விண்வெளித் திட்டம் வெறுமனே மேற்தட்டு நாடுகளை உள்ளடக்கிய ஒரு குழுவில் ஓர் உறுப்பினராக இருப்பதற்கான விருப்பமாகவோ, அல்லது மற்ற நாடுகளுக்கு இணையாக நம்மை உயர்த்திக் கொள்வது பற்றிய ஒரு விஷயமாகவோ ஒருபோதும் இருந்ததில்லை. மாறாக, தொலைத்தொடர்பு, வானிலை ஆய்வியல், மற்றும் கல்வியில் உள்நாட்டுத் திறன்களை உருவாக்குவதற்கான தேவையின் ஒரு வெளிப்பாடாகவே அது இருந்தது.

டாக்டர் சாராபாயிடம் நான் கவனித்த மூன்றாவது பண்புநலன், குழுக்களை உருவாக்குவதற்கான திறனாகும். இதை என் தொழில்வாழ்க்கையில் என் சொந்த வழியில் பிரதிபலிக்க நான் முயற்சித்துள்ளேன். ஒரு வேலைக்குச் சரியான நபரைக் கண்டுகொள்வதற்கான இயலறிவு கடந்த ஒரு திறன் டாக்டர் சாராபாயிடம் இருந்தது. பிறகு, அந்த நபர் அனுபவமற்றவராக இருந்தாலும் அவருக்குத் தனது முழுமையான ஆதரவை அவர் கொடுத்தார். ஒருவரிடம் உற்சாகத்தையும் ஊக்கத்தையும் உருவாக்குவதற்கு அவர் தனக்கென்று சொந்தமாகச் சில வழிகளைக் கொண்டிருந்தார். ஒரு தலைவரிடம் இருக்க வேண்டிய மிக அவசியமான ஒரு திறன் இது. குறிப்பாக, அடிக்கடி முட்டுக்கட்டைகளையும் தோல்விகளையும் எதிர்த்துப் போராட வேண்டியிருக்கின்ற எங்களுடைய துறையைப் போன்ற ஒரு துறையில் அத்திறன் மிகவும் அத்தியாவசியமான ஒன்றாகும். தேவையான சமயத்தில், மிகவும் நம்பிக்கையற்ற ஒரு சூழ்நிலையைக்கூட அவ்வளவு இருளானதாகத் தோன்றாமல் இருக்கும்படிச் செய்ய அவரால் முடிந்தது. நியாயப்படுத்த முடியும் பட்சத்தில், எங்கள் இலக்கை நாங்கள் முற்றிலுமாக அடைந்திருக்காவிட்டாலும்கூட, அவர் எங்களைப்

பாராட்டினார். எங்கள் துறையில் இயல்பாக இருந்த அழுத்தங்களையும் இறுக்கங்களையும் களைவதற்கு நகைச்சுவையுணர்வை அவர் தாராளமாகப் பயன்படுத்தினார். இவை அனைத்தும், அவருக்கும் அவரது முன்னோக்கிற்கும் தொடர்ந்து விசுவாசமாக இருந்த குழுக்களையும் அமைப்புகளையும் உருவாக்குவதற்கு அவருக்கு உதவின. தன்னால் பங்களிக்க முடியும் என்பதையும், அந்தப் பங்களிப்பு நிச்சயமாக அங்கீகரிக்கப்படும், மதிக்கப்படும் என்பதையும் அவர்கீழ் பணிபுரிந்த ஒவ்வொருவரும் அறிந்திருந்தனர்.

இறுதியாக, அவரிடம் நான் பார்த்து பிரமித்த மிகப் பெரிய பண்புநலன், தோல்விகளுக்கு அப்பால் பார்ப்பது. தும்பாவிற்கு அவர் ஒருமுறை விஜயம் செய்தபோது, நாங்கள் உருவாக்கிக் கொண்டிருந்த செயற்கைக்கோள் ஏவுகலனின் 'நோஸ்—கோன் ஜெட்டிஸனிங் மெக்கானிச'த்தை அவரிடம் விளக்கிக் காட்டுவதற்கு நாங்கள் ஏற்பாடு செய்திருந்தோம். டாக்டர் சாராபாய் ஒரு பொத்தானை அழுத்தினால், டைமர் சர்க்கியூட் மூலம் 'பைரோ' அமைப்புமுறை ஒன்றை இயக்குவது எங்கள் திட்டமாக இருந்தது. ஆனால் நாங்கள் கேட்டுக் கொண்டபடி அவர் அந்த விசையை அழுத்தியபோது எதுவுமே நிகழ்வில்லை. டைமர் சர்க்கியூட்டை வடிவமைத்து ஒருங்கிணைத்திருந்த எனது சக ஊழியரான பிரமோத் காலேயும் நானும் அதிர்ச்சி அடைந்தோம். டைமரில்தான் பிரச்சனை இருந்தது என்பதை நாங்கள் உடனடியாகக் கண்டுகொண்டு, அதன் இணைப்பைத் துண்டித்துவிட்டு, பைரோவை நேரடியாக இயக்கும்படிச் செய்தோம். இப்போது அது கச்சிதமாக வேலை செய்தது. அவர் எங்கள் வேலை குறித்து எங்களைப் பாராட்டினார். ஆனால் அவர் எங்களிடமிருந்து விடைபெற்றபோது அவரது முகத்தில் ஒரு சிந்தனை ரேகை படர்ந்திருந்தது. அன்று மாலையில், திருவனந்தபுரத்தில் இருந்த கோவளம் பேலஸ் ஹோட்டலில் அவரைச் சந்திக்கும்படி என்னிடம் கூறப்பட்டது. நான் அங்கு சென்று கொண்டிருந்தபோது ஓர் அசௌகரியமான உணர்வு என்னுள் எழுந்தது. அவர் தனது வழக்கமான இனிமையோடு என்னை எதிர்கொண்டு வரவேற்று, ராக்கெட் ஏவு நிலையத்தைப் பற்றிப் பேசினார்.

பிறகு அன்று காலை நிகழ்ந்த சம்பவத்தைப் பற்றி அவர் பேசத் துவங்கினார். அவரிடமிருந்து வசவு வாங்குவதற்கு நான் என்னைத் தயாராக்கிக் கொண்டேன். மாறாக, டாக்டர் சாராபாய், எங்கள் வேலை எங்களுக்கு உற்சாகமளிக்கவில்லையா அல்லது போதுமான அளவுக்கு எங்களுக்கு அது சவாலானதாக இருக்கவில்லையா போன்ற ஆழமான விவகாரங்களுக்குள் சென்றார். அவர் என்னிடம் பேசிய பிறகு, இறுதியில், அன்று காலையில் ஏற்பட்டத் தோல்விக்குப் பின்னால் இருந்த ஒரு காரணத்தை நாங்கள் எட்டியிருந்தோம். எங்களுடைய ராக்கெட்டின் பல்வேறு நிலைகளையும் ராக்கெட் அமைப்புமுறைகளையும் ஒருங்கிணைப்பதற்காக ஓர் இடம் எங்களுக்குத் தேவையாக இருந்தது. இந்தக் காரணத்தைச் சுட்டிக்காட்டிய பிறகு, டாக்டர் சாராபாய் அன்றிரவு வெகுநேரம் கண்விழித்திருந்து, ராக்கெட் நிலையத்தில் எங்களது பாத்திரங்களை மறுவரையறை செய்து, ராக்கெட் பொறியியல் பகுதி என்ற ஒரு புதிய துறையை உருவாக்குவது என்ற யோசனையைச் செயல்படுத்தினார்.

நான் முன்பு குறிப்பிட்டுள்ளதைப்போல, தவறுகளையும் தோல்விகளையும் எந்தவொரு பணித்திட்டத்திலும் தவிர்க்க முடியாது. எங்களுடையதும் அதற்கு விதிவிலக்கல்ல. ஏனெனில், இங்கு நாங்கள் ஏராளமான அமைப்புமுறைகளைக் கையாள்கிறோம், பல்வேறு நிலைகளுக்குப் பல்வேறு குழுக்கள் பொறுப்பு வகிக்கின்றன. இங்கு ஒரு நிலையில் ஒரு சிறு தவறு ஏற்பட்டாலும்கூட, பல வருடக் கடின உழைப்பு முழுவதும் விரயமாகிவிடும். புதுமை புனைவதற்கும் புதிய அமைப்புமுறைகளை உருவாக்குவதற்குமான நுழைவு வாயிலாக டாக்டர் சாராபாய் இத்தவறுகளைப் பயன்படுத்தினார். குறிப்பிட்டத் தவறுக்கு அப்பால் பார்ப்பதற்கும், அதற்குப் பின்னால் உள்ளதைத் தெரிந்து கொள்வதற்குமான திறனை அவர் பெற்றிருந்தார். அவர் தவறுகளுக்கு இடம் கொடுத்தார். நாங்கள் தோல்வி குறித்த எங்கள் பயத்தை வெற்றி கொள்வதற்குப் பதிலாக எங்கள் பணித்திட்டங்களை வெற்றி கொள்ளும் விதத்தில் நாங்கள் அத்தவறுகளை எவ்வாறு கையாள்வது என்பதை அவர் ஆய்வு செய்ய முயற்சித்தார்.

விண்வெளி தொடர்பான நடவடிக்கைகளில் ஈடுபடுகின்ற நாடுகளிடையே இந்திய விண்வெளி ஆராய்ச்சி நிறுவனம் இன்று எட்டியிருக்கின்ற இடம் எந்த விதத்திலும் இரண்டாம்பட்சமானது அல்ல. அந்நிறுவனம் உலகத் தரம் வாய்ந்த செயற்கைக்கோள்களையும் செயற்கைக்கோள் மற்றும் ராக்கெட் ஏவுகலன்களையும் உருவாக்கியுள்ளது. அறிவியல் ஆராய்ச்சி, புதுமை, கல்வி, தொலைத் தொடர்பு வசதிகள் போன்ற தளங்களில் நம் நாட்டிற்கு விலைமதிப்பற்ற சேவையை அது வழங்கியுள்ளது. சந்திரயான் 1 என்ற விண் சுற்றுக்கலன் ஒன்றைக்கூட அது சந்திரனுக்கு அனுப்பி வைத்துள்ளது. அந்நிறுவனம் செவ்வாய்க்கிரகத்திற்கு ஆய்வு விண்கலம் ஒன்றையும் அனுப்பவிருக்கிறது. இவை அனைத்தும் டாக்டர் சாராபாயால் விதைக்கப்பட்ட, சத்தீஷ் தவான் மற்றும் அவரையடுத்து வந்த அந்நிறுவனத்தின் தலைவர்களால் பராமரித்துப் பாதுகாக்கப்பட்ட விதைகளிலிருந்து முளைத்து வளர்ந்தன.

விக்ரம் சாராபாயுடனான எனது உறவு, ஆழ்ந்த உணர்ச்சிகரமான மற்றும் அறிவார்ந்த ஒன்றாக இருந்தது. அறிவியல் மற்றும் பாதுகாப்புத் தொடர்பான விஷயங்களில் ஒரு தற்சார்புமிக்க நாடாக உருவாவதற்கான பாதையில் இந்தியாவைக் கொண்டு செல்வதற்குத் தேவையான இயக்க முறைகளை வடிவமைப்பதிலும் உருவாக்குவதிலும் ஈடுபட்டக் குழுக்களுக்கு நான் தலைமையேற்று நடத்துவதற்கு அவர் மீண்டும் மீண்டும் நம்பிக்கைக்கையோடு எனக்கு வாய்ப்புக் கொடுத்தார். தனக்கு எதிரே அமர்ந்து கொண்டு, தனது கேள்விகளுக்கு நேர்மையாகவும் தெளிவாகவும் விடையளித்துக் கொண்டிருந்த இளம் ராக்கெட் பொறியாளரான என்னை அவர் தனது நிறுவனத்தில் சேர்த்துக் கொண்டு, ராக்கெட்டுகளையும் ஏவுகணைகளையும் உருவாக்குவது பற்றிய தனது சொந்தக் கனவை என்னிடம் அவர் பகிர்ந்து கொண்டார். நெருக்கடியும் சந்தேகமும், தோல்வியும் வெற்றியும் நிலவிய கணங்களில் அவர் எனக்குப் பக்கபலமாக நின்று, என்னை வழிநடத்தி, தேவைப்பட்ட நேரத்தில் எனக்குச் சரியான பாதையைச்

சுட்டிக்காட்டினார். வெகு சாதாரணமான மனிதர்களுக்கு மத்தியில் அவர் ஒரு ஜாம்பவானாக இருந்தார். அவரது நிழலில் என்னால் வளர முடிந்தது நான் செய்த அதிர்ஷ்டம்தான்.

டாக்டர் சாராபாயின் மரணம் என்னைக் கொடூரமாகத் தாக்கியது. அது முற்றிலும் எதிர்பாராத நேரத்தில் நிகழ்ந்திருந்தது மட்டும் அதற்குக் காரணம் அல்ல. 1971ம் ஆண்டு டிசம்பர் மாதத்தில் நான் புதுதில்லியிலிருந்து அவருடன் பேசினேன். நான் அப்போதுதான் கலந்து கொண்டு முடித்திருந்த ஓர் ஏவுகணைக் குழுக் கூட்டத்தைப் பற்றி நான் அவருக்கு விவரித்துக் கொண்டிருந்தேன். அந்த நேரத்தில் அவர் தும்பாவில் இருந்தார். தான் மும்பைக்குப் பயணிக்கவிருந்ததால், நான் புதுதில்லியிலிருந்து தும்பாவிற்குத் திரும்பி வரும் வழியில் திருவனந்தபுரம் விமான நிலையத்தில் வைத்துத் தன்னைச் சந்திக்குமாறு அவர் என்னிடம் கூறினார். ஆனால் அந்தச் சந்திப்பு நிகழவே இல்லை. டாக்டர் சாராபாய் மாரடைப்பால் காலமாகிவிட்டிருந்த செய்தியைத் திருவனந்தரபுரத்தில் எங்கள் விமானம் தரையிறங்கிய ஒருசில மணிநேரங்களில் நான் கேள்விப்பட்டேன். எங்கள் உரையாடல் முடிந்த ஒரு மணிநேரத்தில் அவர் இறந்து போயிருந்தது எனக்குத் தெரிய வந்தது. பின்னாளில் நாட்டின் முக்கிய அறிவியல் பணித்திட்டங்களுக்குத்   தலைமை   வகித்த அறிவியலறிஞர்களையும் பொறியியலாளர்களையும் பராமரித்து வளர்த்தவரும், தானே ஒரு மாபெரும் அறிவியலறிஞராகவும் ஒரு தலைவராகவும் இருந்தவருமான டாக்டர் சாராபாய், எங்களுக்குத் தொடர்ந்து வழிகாட்டாமல் திடீரென்று மறைந்துவிட்டார். ஆனால் அவர் இவ்வுலகைவிட்டுப் பிரிவதற்கு முன்பு, அனைத்து விதமான சவால்களையும் எதிர்கொண்டு சமாளிப்பதற்குத் தேவையான அறிவையும் நம்பிக்கையையும் முன்னோக்குத் திறனையும்   எங்களுக்கு   வழங்கி   எங்களைத் தயார்படுத்தியிருந்தார். தனது முதல் சந்திப்பிலேயே எங்கள் ஒவ்வொருவரிடமும் அவர் கண்டுகொண்ட உண்மையான ஆற்றலை நாங்கள் உணர்ந்து, அதைப் பயன்படுத்துவதுதான் நாங்கள் அவருக்குச் செய்யக்கூடிய மிகப் பெரிய அஞ்சலி என்று நான் நம்புகிறேன்.

எனக்கு மிக நெருக்கமாக இருந்தவர்கள் எந்த முன்னறிவிப்பும் இன்றித் திடீரென்று காலமாவது என் வாழ்வில் ஒரு பாணியாக இருப்பதாக நான் நினைக்கிறேன். இதிலிருந்து நான் எதைக் கற்றுக் கொண்டேன்? நான் இழந்த ஒவ்வொரு நபருக்கும், என்னைச் சுற்றி ஒரு புதிய துக்கத் திரையை நான் போர்த்திக் கொண்டேன். ஒவ்வொரு முறையும், நிபந்தனையற்ற அன்பு, பரிவு, பக்தி போன்ற, அவர்களுடைய அடிப்படை இயல்பிலிருந்து ஏதோ ஒன்றை எனது சொந்த இருத்தலுக்குள் கொண்டு வர நான் முயற்சித்தேன். டாக்டர் சாராபாயின் விஷயத்தில், முன்னோக்கிப் பார்ப்பதற்கான திறனை, அதாவது, திட்டமிடுவதற்கும், உருவாக்குவதற்கும், படைப்பதற்குமான திறனை அவரிடமிருந்து நான் சுவீகரிக்க முயற்சித்தேன். எனது செயல்கள் மற்றும் என்னை நம்பி ஒப்படைக்கப்பட்டப் பல்வேறு பொறுப்புகளின் ஊடாக நான் அத்திறனில் ஒரு சிறு பகுதியையாவது அடைந்திருந்தால், இந்தியாவின் இந்த மாபெரும் தீர்க்கதரிசியின் எதிர்பார்ப்புகளுக்கு ஏற்ப வாழ்வதில் நான் வெற்றி பெற்றுள்ளதாக எனக்கு நானே கருதிக் கொள்வேன்.

அறிவியலுக்குள் மூழ்கி
முத்தெடுத்த ஒரு வாழ்க்கை

1998ம் ஆண்டில் பொக்ரானில் இந்தியா தனது இரண்டாவது அணுவெடிப் பரிசோதனையை நடத்திய பிறகு, அதன் உருவாக்கத்தில் பங்காற்றியிருந்த எனக்குப் பல்வேறு பட்டப் பெயர்கள் வழங்கப்பட்டன. அதற்குப் பல வருடங்களுக்குப் பிறகும், ஜனாதிபதியாக எனது பதவிக் காலம் முடிந்து பல வருடங்களுக்குப் பிறகும் என்னோடு எப்போதும் தங்கி வந்துள்ள ஓர் அடைமொழி 'ஏவுகணை மனிதன்' என்பதுதான். நான் அவ்வாறு அழைக்கப்படும்போது அது எனக்குப் பெரும் சுவாரசியத்தை ஏற்படுத்துகிறது. ஏனெனில், ஓர் அறிவியல் மனிதனாக என்னை நான் கருதிக் கொண்டிருக்கையில், அப்பெயர் ஒரு குழந்தையின் சாகசக் கதாநாயகனின் பெயரைப்போல ஒலிக்கிறது. ஆனால் அதே சமயத்தில், இந்நாட்டில் உள்ள பலரும் என்மீது பொழிந்து வந்துள்ள அன்பையும் மதிப்பையும் அது பிரதிபலிக்கிறது. என்னைப் பொறுத்தவரை, அறிவியல், ராக்கெட் அறிவியல், பொறியியல் ஆகிய தளங்களுக்குள்ளான எனது பயணத்தின் ஒரு விதமான உச்சகட்ட நிலையின் அடையாளச் சின்னமாக அது விளங்குகிறது. இப்பயணத்தின் துவக்கக் காலம் வெகுதூரம் பின்னோக்கி நீள்கிறது. இதைப் பற்றி நான் பின்னோக்கிச் சிந்தித்துப் பார்க்கும்போது, இவை அனைத்தும் எனக்கு நிகழ்ந்தவையா அல்லது ஏதோ ஒரு புத்தகத்தில் நான் படித்த ஒரு கதையா என்று நான் வியக்கிறேன். ஆனால் இவை அனைத்தும், அறிவியல் பாதையைத் தேர்ந்தெடுத்த ஒரு நபராக என்னை உருவாக்கின. அதை இப்போது நினைவுபடுத்திப் பார்ப்பது, ஒரு நதியின் ஓட்டத்திற்கு எதிராகப் பயணிப்பதைப்போல இருக்கிறது. ஒரு நதியின் முகத்துவாரத்திலிருந்து அதன் மூலத்தை நோக்கி நதியின் நீரோட்டத்திற்கு எதிர்த்திசையில் தொடர்ந்து மேலே சென்று, வாழ்வில் எனது பாதையைத் தேட முயற்சித்துக் கொண்டிருந்த ஒரு சிறுவனாக நான் இருந்த காலகட்டத்தை நான் எட்டுகிறேன்.

ராமநாதபுரத்திலிருந்த உயர்நிலைப் பள்ளியில் சேர்வதற்காக ராமேஸ்வரத்திலிருந்து நான் வெளியேறிய பிறகே பல வழிகளில் எனது உண்மையான கல்வி துவங்கியது. நான் முன்பு குறிப்பிட்டுள்ளதைப்போல, எனது பாதுகாப்பு வளையமாக இருந்த ராமேஸ்வரம், எனது தாயார், மற்றும் எனக்குப் பரிச்சயமான மற்ற அனைத்தையும் விட்டுவிட்டு நான் வெளியே கால் பதித்தது அதுதான் முதல் முறை. அப்போது நான் ஒரு சிறிய ஊரைச் சேர்ந்த, கூச்ச சுபாவம் கொண்டிருந்த, பேசுவதற்கு பயந்து போயிருந்த ஒரு சிறுவனாக இருந்தேன். ஷ்வார்ட்ஸ் உயர்நிலைப் பள்ளியில்தான் அறிவியல் விந்தைகளுடனான முதல் பரிச்சயம் எனக்கு ஏற்பட்டது. என் மனத்திற்கு ஒளியூட்டும் விதத்தில் அவை எனக்கு விளக்கப்பட்டன. அந்தப் பள்ளியில் மறைதிரு ஐயாதுரை சாலமன் என்ற ஓர் ஆசிரியர் இருந்தார். அவருக்கும் எனக்கும் இடையே உருவான உறவில் ஒளிவுமறைவின்மையும் நம்பிக்கையும் கோலோச்சின. நான் முன்னோக்கிச் செல்வதற்கான பாதையை எனக்குக் காட்டுவதற்கு எனக்குத் தேவைப்பட்ட வழிகாட்டியை நான் அவரில் கண்டேன்.

வானில் பறந்த பறவைகள் எனக்கு எப்போதும் பிரமிப்பை ஏற்படுத்தின. எனக்கு மேலே இருந்த வானில் அவை பறந்த விதத்தையும் பாதைகளையும் கவனித்தபடி மணிக்கணக்கில் அவற்றை என்னால் பார்த்துக் கொண்டிருக்க முடிந்தது. பறப்பது குறித்த விருப்பமும், அப்பறவைகளுக்கிடையே நானும் ஒரு பறவையாக இருப்பது குறித்த விருப்பமும் மிகச் சிறிய வயதிலிருந்தே என்னுள் வளர்ந்து வந்திருந்தன. ஒருநாள், பறப்பதற்குப் பின்னால் உள்ள இயற்பியலை நாங்கள் கற்றுக் கொண்டிருந்தபோது, மறைதிரு ஐயாதுரை சாலமன் அவர்கள், எங்களில் சில மாணவர்களைக் கடற்கரைக்குக் கூட்டிச் சென்றார். அங்கு அவர் எங்களுக்குப் பறவைகளைச் சுட்டிக்காட்டினார். நாங்கள் கடலோரத்தில் நின்றிருக்க, அலைகளின் சத்தமும், எங்களைச் சுற்றி உயரே பறந்து கொண்டிருந்த நாரைகளும் கடற்பறவைகளும் ஏற்படுத்திய கடுமையான இரைச்சலும் எங்கள் காதுகளில் ஒலிக்க, காற்று இயக்கவியல், வானூர்தி வடிவமைப்பு, அதிவேகக் காற்றுப்புனல்கள், காற்றோட்டம் ஆகியவற்றை

உள்ளடக்கிய ஒரு புதிய உலகத்தை எங்கள் ஆசிரியர் எங்களுக்குத் திறந்துவிட்டார். அக்குழுவில் இருந்த பதினைந்து வயதுச் சிறுவர்களில் நானும் ஒருவன். நான் அதுவரை கற்றிருந்த அறிவியல் பாடங்களிலேயே மிக முக்கியமான பாடம் அதுதான். திடீரென்று, அதுவரை எனக்கு வெறும் பிரமிப்பாக மட்டுமே இருந்து வந்திருந்த ஒரு விஷயம், இப்போது விளக்கப்பட்டுத் தெளிவாக்கப்பட்டு இருந்தது. அதுவரை நான் ஒரு தெளிவற்றக் கண்ணாடி சன்னலுக்குப் பின்னால் இருந்து பார்த்துக் கொண்டிருந்ததைப்போல இருந்தது. இப்போது அந்த சன்னல் திறக்கப்பட்டிருந்தது. அந்த வெளியுலகை நான் அகல விரிந்த கண்களோடும் அதிகமாகத் தெரிந்து கொள்வதற்கான தாகத்தோடும் ஆர்வமாகப் பார்த்துக் கொண்டிருந்தேன்.

நான் பள்ளிப்படிப்பை முடித்துவிட்டு, திருச்சிராப்பள்ளியில் இருந்த புனித ஜோசப் கல்லூரிக்குள் நுழைந்தபோது, அப்படிப்பட்டக் கணங்கள் அதிக எண்ணிக்கையில் எனக்காக அங்கு காத்துக் கொண்டிருந்தன. நான் என் மனத்தையும் காதுகளையும் திறந்து வைத்து, எனது மூளையைக் கூர்மையாகவும் ஒருமித்தக் கவனத்தோடும் வைத்திருந்தால், என்னால் கற்றுக் கொள்ள முடியாத அல்லது என் மூளையால் உறிஞ்சிக் கொள்ள முடியாத எதுவும் என் வழியில் இருக்க முடியாது என்பதை நான் முன்னதாகவே உணர்ந்திருந்தேன். புனித ஜோசப் கல்லூரியில், பேராசிரியர் சின்னத்துரையும் பேராசிரியர் கிருஷ்ணமூர்த்தியும் அணுஉட்கூறு இயற்பியல் கோட்பாட்டை அறிமுகப்படுத்தியபோது, நம்மைச் சுற்றி இருக்கின்ற, பொருட்கள் மற்றும் சிதைவுகளை உள்ளடக்கிய ஒரு மறைவான உலகத்தைப் பற்றி முதன்முறையாக நான் சிந்திக்கத் துவங்கினேன். பொருட்களின் கதிரியக்கச் சிதைவு, பாதி வீரியத்தை இழக்க அவை எடுத்துக் கொள்ளும் நீண்ட வருடங்கள் போன்றவற்றைப் பற்றி நான் கற்றேன். திடீரென்று, உலகம், முன்பு தன்னை உருவாக்கியிருந்த திடமான உறுதிப்பாடுகளிலிருந்து ஏராளமாக மாறியிருந்ததுபோலத் தோன்றியது. அறிவியல் மற்றும் ஆன்மீகத்தின் இருமை இயல்புகள் பற்றியும் நான் சிந்திக்கத் துவங்கினேன். நமக்கு இதுவரை

சித்தரிக்கப்பட்டுள்ளதுபோல இவ்விரண்டும் உண்மையிலேயே அவ்வளவு வேறுபட்டவையா? அணுஉட்கூறு நிலையில் துகள்களால் நிலையற்று இருக்கவும் பிரிந்து போகவும் முடியும் என்றால், மனித வாழ்விலிருந்து அதை எவ்வளவு தூரம் பிரித்துப் பார்க்க முடியும்? அனைத்து இயற்கைத் தோற்றப்பாடுகளுக்கும் விடையளிக்க அறிவியல் விழைந்தபோது, பிரபஞ்சத்தின் ஒட்டுமொத்தத் திட்டத்தில் நமது இடத்தைப் புரிந்து கொள்ள ஆன்மீகம் நமக்கு உதவியது. அறிவியல் அதைக் கணிதம் மற்றும் சூத்திரங்களின் திடமான உறுதிப்பாட்டின் மூலமாகப் பார்த்தபோது, ஆன்மீகமானது அனுபவங்கள் குறித்து நமது மனத்தையும் இதயத்தையும் திறந்ததன் மூலமாகவும், நமக்குள் வெகு ஆழத்தில் சென்றதன் மூலமாகவும் அதைச் சாதித்தது. எது எனது உலகமாக ஆகிக் கொண்டிருந்ததோ, அதற்கும், என் தந்தை வாழ்ந்த உலகத்திற்கும் இடையேயான தொடர்புகள் ஒன்றுக்கொன்று அவ்வளவு வேறுபட்டவை அல்ல என்பது மெல்ல மெல்ல எனக்குத் தெளிவடையத் துவங்கியது.

வானூர்திப் பொறியியல் படிப்பிற்காக நான் திருச்சிராப்பள்ளியில் இருந்து மெட்ராஸ் தொழில்நுட்ப நிறுவனத்திற்குச் சென்றேன். அங்கு காட்சிக்காக வைக்கப்பட்டிருந்த இரண்டு பழைய விமானங்களை நான் மிக அருகில் நேரில் பார்த்தபோது, மனிதன் பறப்பது குறித்தப் பரவசமூட்டும் உலகைப் பற்றிய அனைத்தையும் தெரிந்து கொள்வதற்கான எனது விருப்பத்தை அது மீண்டும் என்னுள் கொழுந்துவிட்டெரியச் செய்தது. ஒரு விட்டில் பூச்சி எவ்வாறு ஒரு சுடரை நோக்கி ஈர்க்கப்படுகிறதோ, அதேபோல, நானும் அந்த விமானங்களை நோக்கி ஈர்க்கப்பட்டேன். மனிதனால் உருவாக்கப்பட்டப் பறக்கும் பொருட்கள் நிரம்பிய தளத்திற்குள் என்னைக் கூட்டிச் செல்லாத எந்தவொரு தொழிலும் எனக்குப் பொருத்தமாக இருக்காது என்று நான் உணர்ந்தேன். மெட்ராஸ் தொழில்நுட்ப நிறுவனத்தில் மூன்று ஆசிரியர்கள் இந்த விருப்பத்திற்கு வடிவம் கொடுத்து, வெறும் விருப்பம் என்ற நிலையிலிருந்து அதை யதார்த்த நிலைக்கான பாதைக்கு இட்டுச் சென்றனர். எனக்குத் தொழில்நுட்பக் காற்றியக்கவியலைக் கற்றுக்

கொடுத்த, ஆஸ்திரிய நாட்டைச் சேர்ந்த பேராசிரியர் ஸ்பான்டர், விமானக் கட்டமைப்பின் வடிவமைப்பைக் கற்றுக் கொடுத்தப் பேராசிரியர் கே.ஏ.வி. பந்தளை, கோட்பாட்டுக் காற்று இயக்கவியலைக் கற்றுக் கொடுத்தப் பேராசிரியர் நரசிங்க ராவ் ஆகியோர்தான் அவர்கள்.

காற்று இயக்கவியல் எவ்வளவு சுவாரசியமான பாடம் என்பதை இந்த மூன்று ஆசிரியர்களும் எனக்குக் காட்டினர். இயக்கம் மற்றும் ஓட்டம் என்று நாம் கருதுவது, காற்றில் பொருட்கள் எவ்வாறு பயணிக்கின்றன, ஏன் பயணிக்கின்றன என்பதை விளக்குகின்ற அம்சங்களாகக் கூறு போடப்படுகின்றது. பாய்ம இயக்கவியல், இயக்க முறைகள், அதிர்ச்சி அலைகள், அதிர்ச்சி அலை இழுப்பு மற்றும் இன்னும் அதிகமானவை அடங்கிய சிக்கலான உலகை ஆராய்ச்சி செய்வதில் நான் என்னைத் தொலைத்தேன். அதே நேரத்தில், விமானங்களின் கட்டமைப்பு அம்சங்கள் எனக்குத் தெளிவடைந்தன. இருதள விமானங்கள், ஒற்றைத்தள விமானங்கள், வாலற்ற விமானங்கள், மற்றும் அதே போன்ற பிற ஆய்வுப் பகுதிகளை நான் எல்லையற்ற உற்சாகத்துடன் படித்தேன்.

மெட்ராஸ் தொழில்நுட்ப நிறுவனத்தில் நான் படித்துக் கொண்டிருந்தபோது அறிவியல் உலகைத் தீவிர ஆர்வத்துடன் நான் ஆராய்ச்சி செய்த கணங்கள் கணக்கில் அடங்காதவையாக இருந்தன. இவை அனைத்தும், பிரதம மந்திரி ஜவஹர்லால் நேருவில் தொடங்கி எல்லோருமே அறிவியல் மனப்போக்கை வளர்ப்பது குறித்துப் பெரிதும் வலியுறுத்திய ஒரு காலகட்டத்தில் நிகழ்ந்து கொண்டிருந்தன. என்னைச் சுற்றி எல்லா இடங்களிலும், குறிப்பாக எங்களுடையதைப் போன்ற கல்வி நிறுவனங்களில், பாரம்பரியச் சிந்தனைமுறைகளை உதறிவிட்டு, இப்புதிய மனப்போக்கை சுவீகரிக்கும்படி நாங்கள் ஊக்குவிக்கப்பட்டதை நான் கண்டேன். அறிவு குறித்தத் தேடலில் அறிவியல் வழிமுறைகளை நாம் பயன்படுத்தினால் சிறப்பாக இருக்கும். ராமேஸ்வரத்தின் சமயச் சூழலில் வளர்க்கப்பட்ட எனக்கு, இதைச் செய்வது மிகவும் சிரமமாக இருந்ததை நான் கண்டேன். மாறாக, அறிவியல் மற்றும் ஆன்மீகத்தின் இன்றியமையாத ஒருமைத்தன்மை குறித்து ஆரம்பகாலத்தில் எனக்குக்

கிடைத்த சிந்தனைக் கீற்றுகளுக்கு ஒரு முறையான வடிவம் கிடைத்துக் கொண்டிருந்ததை நான் கண்டேன். புலன் உணர்வுகள் மட்டுமே அறிவு மற்றும் உண்மைக்கான மூலாதாரம் என்பதை என்னால் அங்கீகரிக்க முடியவில்லை. பௌதீக உலகிற்கு அப்பால் உள்ள ஆன்மீகத் தளத்தில்தான் உண்மையான யதார்த்தம் இருக்கிறது என்றும், ஒருவர் தன்னைத் தானே உள்ளார்ந்த ஆய்வு செய்வதில்தான் உண்மையான அறிவு அடங்கியுள்ளது என்றும் கற்றுக் கொடுக்கப்பட்டு நான் வளர்க்கப்பட்டு வந்திருந்தேன். இப்போது, நான் மேலும் மேலும், ஆதாரங்களும் பரிசோதனைகளும் சூத்திரங்களும் கோலோச்சிய இன்னோர் உலகின் ஒரு பகுதியாக ஆகிக் கொண்டிருந்தேன். இதில் எனது சொந்தக் கருத்தைக் கண்டறிவதற்கு மெல்ல மெல்ல நான் கற்றுக் கொண்டேன். ஆனால் அக்கருத்து உறுதியடைவதற்குப் பல வருடங்கள் பிடித்தன.

இறுதியில், மெட்ராஸ் தொழில்நுட்ப நிறுவனத்திலிருந்து ஒரு பொறியியல் பட்டதாரியாக நான் வெளியே வந்தேன். ஆனாலும், எதிர்காலத்தில் எனது தொழில்வாழ்க்கையில் நான் கையாளவிருந்த ராக்கெட்டுகளையும் ஏவுகணைகளையும் பற்றி நான் இன்னும் ஏராளமானவற்றைப் படிக்க வேண்டியிருந்தது. அப்போதைக்கு எனக்குத் தெரிந்ததெல்லாம், ஒரு மிகப் பெரிய உலகம் நான் ஆராய்ச்சி செய்வதற்காகத் திறந்து கிடந்தது என்பது மட்டும்தான். என்னால் முடிந்த அளவுக்கு அந்த ஆராய்ச்சியின் பெரும்பகுதியை விண்ணில் மிக உயரத்திலிருந்து செய்வதென்று நான் தீர்மானித்தேன்.

தொழில்நுட்ப வளர்ச்சி மற்றும் உற்பத்தி இயக்குனரகத்தில், விமானம் செங்குத்தாக மேலெழுவதற்கும் தரையிறங்குவதற்கும் தேவையான தளம் உள்ளிட்டப் பலதரப்பட்ட அமைப்புமுறைகளை வடிவமைத்து உருவாக்கிய பல்வேறு குழுக்களில் நான் பங்கு கொண்டு சில வருடங்கள் பணியாற்றிய பிறகு, பெங்களூரில் அமைந்திருந்த வானூர்தி வளர்ச்சி ஆய்வகத்தில் சேர்ந்தேன். புதுமை புனைவதற்கும் துவக்கத்திலிருந்து ஒன்றை உருவாக்கக் கற்றுக் கொள்வதற்குமான முதல் பெரிய வாய்ப்பு எனக்கு இங்குதான் கிடைத்தது என்பதை நான் இப்போது

உணர்கிறேன். பின்னாளில் எனது தொழில்வாழ்க்கையில் இது ஒரு தொடர்ச்சியான பாணியாக அமைந்தது. நிலத்தைக் கையாள்வதற்கான கருவிகள் பற்றிய எனது ஆரம்பகால ஆய்வுகளின் அடிப்படையில், முழுக்க முழுக்க நம் நாட்டிலேயே தயாரிக்கப்பட்டக் காற்று—மெத்தை ஊர்தியின் மாதிரி ஒன்று வடிவமைக்கப்பட்டு உருவாக்கப்பட வேண்டும் என்று வானூர்தி வளர்ச்சி ஆய்வகத்தில் தீர்மானிக்கப்பட்டது. வானூர்தி வளர்ச்சி ஆய்வகத்தின் தலைவரான டாக்டர் மெடிராட்டா, என் தலைமையில், நான்கு பேர் அடங்கிய ஒரு சிறு குழுவை உருவாக்கினார்.

இது எங்களுக்குப் பெருத்த சவாலாக அமைந்தது. அது குறித்து எழுதப்பட்டப் புத்தகங்களும் அவ்வளவாக இருக்கவில்லை, நாங்கள் அறிவுரை கேட்கும் அளவுக்கு இந்த வகையான தொழில்நுட்பத்தில் அனுபவம் பெற்ற ஒருவர்கூட இருக்கவில்லை. எங்களால் பயன்படுத்தக்கூடிய, ஏற்கனவே நடைமுறையில் உள்ள வடிவமைப்புகளோ அல்லது பொதுவான பாகங்களோ இருக்கவில்லை. உண்மையில், ஒரு வெற்றிகரமான காற்று—மெத்தை ஊர்தியை உருவாக்க வேண்டும் என்று தெரிந்திருந்ததைத் தவிர, எங்கள் குழுவிற்கு உதவக்கூடிய எதுவும் எங்கள் வசம் இருக்கவில்லை. ஒரு காற்று—மெத்தை ஊர்தி மட்டுமன்றி, அதுவரை எந்தவோர் இயந்திரத்தையுமே உருவாக்கியிராத ஒரு பொறியாளர் குழுவினருக்கு இது ஒரு மலையளவுச் சவாலாக இருந்தது. இப்பணித்திட்டத்தை நிறைவேற்ற எங்களுக்கு மூன்று வருட அவகாசம் கொடுக்கப்பட்டது. இப்புதிய தொழில்நுட்பம் குறித்துப் பரிச்சயம் பெறும் முயற்சியில் முதல் ஒருசில மாதங்களை நாங்கள் செலவிட்டோம். பிறகு ஒரு நேரத்தில், கைவசம் இருந்த பொருட்களைக் கொண்டு வேலையைத் துவக்கி, விஷயங்களை அவற்றின் போக்கில் கையாள வேண்டும் என்று நான் தீர்மானித்தேன். இந்த மாபெரும் சவால் ஒருபுறம் இருந்தும், இப்பணித்திட்டம் என் இதயத்திற்கு மிகவும் பிடித்த ஒன்றாகவும் என் கற்பனையைத் தூண்டுவதாகவும் இருந்தது. ஒருசில மாதங்களுக்குப் பிறகு, வடிவமைப்புச் செயல்முறை நிலையைக் கடந்து, உருவாக்க நிலைக்குள் நாங்கள் அடியெடுத்து வைத்தோம்.

அத்தனை வருடங்களில், நான் அதிக உறுதியும் அதிகத் தன்னம்பிக்கையும் கொண்ட ஒருவனாக உருவாகியிருந்தேன். ஆனாலும் எனது சிறுநகர, மத்திய வர்க்கத்து வேர்களை என்னால் என் ஆன்மாவைவிட்டு ஒருபோதும் வெளியேற்ற முடியவில்லை. மூத்த சக ஊழியர்களின் கேள்விகளையும் சந்தேகங்களையும் எதிர்கொள்ளும் அதே நேரத்தில், மற்றவர்களுக்கு வழிகாட்ட வேண்டிய ஓர் உலகிற்குள் நான் தள்ளப்பட்டேன். நகரத்தில் வளர்ந்த எனது சக ஊழியர்களின் பின்புலத்திலிருந்து வேறுபட்ட ஒரு பின்புலத்திலிருந்து வந்த, இயல்பாகவே கூச்ச சுபாவம் கொண்ட என்னைப் போன்றவர்கள், ஏதோ ஒன்று அல்லது யாரோ ஒருவர் எங்களை மேடையின் நடுவே உந்தித் தள்ளும்வரை, தொடர்ந்து நிழல்களிலேயே மறைந்து நிற்க முனைகிறோம். அந்த உந்துதல் இப்போது எனக்குக் கிடைத்திருந்தது என்பதை நான் புரிந்து கொண்டேன். காற்று—மெத்தை ஊர்திப் பணித்திட்டத்தை வெற்றிகரமான ஒன்றாக ஆக்குவதற்கு எனது அறிவு மற்றும் திறமை முழுவதையும் நான் பயன்படுத்தப் போவதாக நான் உறுதியான தீர்மானம் மேற்கொண்டேன். இந்தப் பணித்திட்டம் அதிகப்படியான நேரத்தையும் அதிகப் பணத்தையும் விழுங்கிக் கொண்டிருந்ததால், இது தேவைதானா என்ற நோக்கில், நிறுவனத்தில் இருந்த பலர் இப்பணித்திட்டத்தின் அவசியம் குறித்துக் கேள்வி எழுப்பினர். அதில் எனது பாத்திரம் குறித்தும் அவர்கள் கேள்வி எழுப்பினர். ஆனால் எனது குழுவினரும் நானும் எங்கள் வேலையில் தொடர்ந்து மும்முரமாக இருந்தோம். மெல்ல மெல்ல, ஒவ்வொரு நிலையாக, அந்தக் காற்று— மெத்தை ஊர்தியின் மாதிரியானது வடிவம் பெறத் துவங்கியது. மெட்ராஸ் தொழில்நுட்ப நிறுவனத்தில் நான் படித்தக் காலத்தில் பேராசிரியர் ஸ்ரீனிவாசன் எனது வடிவமைப்பு வேலையை நிராகரித்து, நான் என் ஒட்டுமொத்த வேலையையும் அடுத்த இரண்டு நாட்களுக்குள் மீண்டும் ஆரம்பத்திலிருந்து செய்து முடித்தபோது நிகழ்ந்ததைப்போல, மனமானது நம்புதற்கரிய நீட்சித் தன்மை கொண்டது என்பதை நான் இப்போது மீண்டும் கண்டேன். நீங்கள் எவ்வளவு தூரம்

அனுமதிக்கிறீர்களோ, அவ்வளவு தூரம் மனத்தால் விரிவடைய முடியும். ஒருமுறை அது திறந்துவிடப்பட்டுவிட்டால், பிறகு எந்தத் தடைகளாலும் அதன் குறுக்கே நிற்க முடியாது. இதன் விளைவாக உங்கள்மீது உங்களுக்கு ஏற்படுகின்ற நம்பிக்கையை எவரொருவராலும் உங்களிடமிருந்து பறிக்க முடியாது.

இந்தப் பணித்திட்டத்திற்கு நந்தி என்று பெயரிடப்பட்டது. அப்போதைய பாதுகாப்புத் துறை அமைச்சராக இருந்த வி.கே.கிருஷ்ண மேனனின் ஆசீர்வாதங்கள் இதற்குக் கிடைத்தன. நமக்குத் தேவையான ராணுவத் தளவாடங்களை நாமே உருவாக்கிக் கொள்வதற்கான துவக்கம் இது என்று அவர் உறுதியாக நம்பினார். அவர் எங்கள் வேலையைத் தொடர்ந்து கண்காணித்து வந்தார். ஒரு வருடத்திற்குப் பிறகு, எங்கள் வேலையில் ஏற்பட்டிருந்த முன்னேற்றத்தை அவர் ஆய்வு செய்தபோது, நானும் எனது குழுவினரும் நிச்சயமாக வெற்றி பெறுவோம் என்று அவர் டாக்டர் மெடிராட்டாவிடம் கூறினார்.

அவர் கூறியதுபோலவே நாங்கள் வெற்றி பெற்றோம். மூன்று வருடங்கள் முடிவதற்கு முன்பாகவே, முழுமையாக வேலை செய்த ஒரு மாதிரி வடிவத்தை நாங்கள் உருவாக்கினோம். அமைச்சரிடம் அதைக் காட்டுவதற்கு நாங்கள் தயாராக இருந்தோம். கிருஷ்ண மேனன் அதில் பயணித்தார். நான் அதை இயக்கினேன். அவரது பாதுகாவலர்கள் அதை விரும்பவில்லை. எங்கள் அறிவு மற்றும் குழுப்பணியின் அடிப்படையில், அதுவும், நாட்டிலேயே முதன்முறையாக ஒன்றை உருவாக்குவதில் கிடைக்கும் மகிழ்ச்சியையும் மனக்கிளர்ச்சியையும் அப்போதுதான் முதன்முறையாக நான் உணர்ந்தேன். துரதிர்ஷ்டவசமாக, நந்தித் திட்டத்தின் முடிவு மகிழ்ச்சிகரமானதாக இருக்கவில்லை. கிருஷ்ண மேனனின் பதவிக் காலம் முடிந்தபோது, அவரை அடுத்து வந்தவர்கள் அந்தக் காற்று—மெத்தை ஊர்தியின் பயன்பாடு குறித்து அவர் கொண்டிருந்த நன்னம்பிக்கையைப் பகிர்ந்து கொள்ளவில்லை. அது வாதத்திற்கு இடமான ஒன்றாக ஆனது. இறுதியில் அத்திட்டம் கைவிடப்பட்டது. ஏதேனும் ஒன்றால் என்னை யதார்த்தத்திற்குக் கூட்டி வந்து, சில

சமயங்களில் வானம்கூட எல்லையல்ல என்பதை எனக்குக் காட்ட முடியும் என்றால், அது இந்தக் கடுமையான படிப்பினைதான்: உங்களது வேலையின் பின்விளைவுகளைத் தீர்மானிக்கின்ற, உங்களுடையதைவிட மிகப் பெரிய சக்திகள் யதார்த்தத்தில் இருக்கின்றன. நான் கற்றுக் கொண்ட மற்றுமொரு படிப்பினை, என்னால் தாக்கம் ஏற்படுத்த முடியாத சில பகுதிகள் இருப்பது உண்மை என்றாலும்கூட, என் திறன்களைப் பயன்படுத்தி நிச்சயமாக என்னால் என் வேலையை மிகச் சிறப்பாகச் செய்ய முடியும் என்பதுதான். ஏனெனில், இறுதியில் ஒருவரின் கைகளில் எஞ்சி நிற்பது அது மட்டும்தான். நம்முடைய நடவடிக்கைகளின் பின்விளைவுகள் எப்படி இருக்கப் போகின்றன என்று யாருக்குத் தெரியும்? நந்தித் திட்டம் எதற்காக உருவாக்கப்பட்டதோ, அது அதற்குப் பயன்படுத்தப்படாமல் கிடப்பில் போடப்பட்டது குறித்து எனக்கு ஏற்பட்ட ஏமாற்றத்திலிருந்து நான் மீள முயற்சித்துக் கொண்டிருந்த அதே நேரத்தில், பல தொடர் நிகழ்வுகள், டாட்டா அடிப்படை ஆராய்ச்சி நிலையத்தில் இருந்து பேராசிரியர் எம்.ஜி.கே.மேனன் என்னை வந்து பார்த்து, அது குறித்து என்னிடம் கேள்வி கேட்பதற்கு வழிவகுத்தது. இது இறுதியில், டாக்டர் விக்ரம் சாராபாயின் இந்திய தேசிய விண்வெளி ஆய்வுக் குழுவில் ஒரு ராக்கெட் பொறியாளராக நான் வேலையில் சேர்வதில் போய் முடிந்தது.

முதலில் இந்திய தேசிய விண்வெளி ஆய்வுக் குழுவிலும், பிறகு இந்திய விண்வெளி ஆராய்ச்சி நிறுவனத்திலும் நான் வேலைக்குப் போன பிறகு, ஆய்வு ராக்கெட்டுகளில் தொடங்கி ராக்கெட்டில் எடுத்துச் செல்லப்படும் செயற்கைக்கோள் மற்றும் பிற உபகரணங்கள், செயற்கைக்கோள் ஏவுகலன்கள்வரை பல்வேறு வகையான ராக்கெட்டுகளையும் விண்வெளி ஏவுகலன்களையும் உருவாக்கும் பொறுப்பு என்னிடம் ஒப்படைக்கப்பட்டது. ஒரே சமயத்தில் பல்வேறு வளர்ச்சிப் பணிகள் நடைபெறும் விதத்தில் இந்திய விண்வெளித் திட்டத்தை உருவாக்க வேண்டும் என்பது டாக்டர் சாராபாயின் முன்னோக்காக இருந்தது. அப்படிப்பட்ட எண்ணற்றப் பணித்திட்டங்களில் நானும் பங்கு கொண்டு பணியாற்றுவதற்கான அரிய

வாய்ப்பு எனக்குக் கிடைத்தது. ஆனாலும் செயற்கைக்கோள் ஏவுகலனின் உருவாக்கம்தான் நான் எதிர்கொண்ட மிகச் சிக்கலான சவால் என்று நான் கருதுகிறேன். செயற்கைக்கோள்களை பூமியின் சுற்றுப்பாதையில் கொண்டு சேர்ப்பதற்கான ஏவுகலனை உருவாக்கும் ஒரு மாபெரும் பணித்திட்டத்திற்கு நான் தலைமையேற்று இருந்தேன். தொழில்நுட்பத்தால் வழிநடத்தப்படுகின்ற ஒரு நாடாக நமது நிலையை மேம்படுத்துவதற்கு மட்டுமன்றி, தங்களது செயற்கைக்கோள்களை பூமியின் சுற்றுப்பாதையில் கொண்டு சேர்ப்பதற்கு நமது செயற்கைக்கோள் ஏவுகலனைப் பயன்படுத்த விரும்பும் நாடுகளுக்கு ஏவு வசதிகளை வழங்குவதன் மூலம் நமக்கு நல்ல வருவாயை ஈட்டிக் கொடுக்கக்கூடிய சாத்தியக்கூற்றையும் அது உள்ளடக்கி இருந்தது. செயற்கைக்கோள் ஏவுகலனின் உருவாக்கம் தொடர்பான எனது பயணத்தை 'அக்னிச் சிறகுகள்' என்ற எனது புத்தகத்தில் நான் விரிவாக விவரித்துள்ளேன். பல காரணிகள் காரணமாக அப்பயணம் அசாதாரணமான முறையில் மிகக் கடினமான ஒன்றாக இருந்தது. இந்த அளவிலான ஒரு பணித்திட்டம் உருவாக்கப்படும்போது, முற்றிலும் எதிர்பாராத பல சிக்கல்கள் எழும். நேரம் மற்றும் வளவசதிகள் குறித்து எங்களுக்கு ஒரு பட்ஜெட் கொடுக்கப்பட்டது. அந்த பட்ஜெட்டிற்குள் நாங்கள் எங்கள் இலக்கை அடைவதை உறுதி செய்வது எனது பொறுப்பாக இருந்தது. அது தனிப்பட்ட முறையிலும் எனக்கு அதிக மனஅழுத்தத்தைக் கொடுத்த ஒரு நேரமாக இருந்தது. ஏனெனில், முதலில் அகமது ஜலாலுதீன், பிறகு என் தந்தை, அதன் பிறகு என் தாயார் என்று மூன்று வருட இடைவெளிக்குள் என் அன்புக்குரிய மூன்று நபர்களை நான் இழந்திருந்தேன். என்னை என் வேலையில் மூழ்கடித்துக் கொண்டு, நாங்கள் வழங்க வேண்டியிருந்த இறுதி விளைவின்மீது என் மனத்தை உறுதியாக நிலைப்படுத்தியதன் மூலமாக மட்டுமே அந்தப் பணித்திட்டத்தை என்னால் வெற்றிகரமாக நிறைவேற்ற முடிந்தது.

செயற்கைக்கோள் ஏவுகலனின் உருவாக்கத்தில் நான் கற்றுக் கொண்ட மிகப் பெரிய படிப்பினைகள் எவை என்று இப்போது என்னிடம் கேட்கப்பட்டால், மூன்று

அம்சங்களை நான் குறிப்பிடுவேன். ஒரு நாட்டின் வளர்ச்சியில் அறிவியல் மற்றும் தொழில்நுட்பம், ஆராய்ச்சி மற்றும் பொறியியலின் பங்கு பற்றிய முதல் புலப்பாடு அந்த முயற்சியின்போதுதான் எனக்குக் கிடைத்தது. செயற்கைக்கோள் ஏவுகலன் பணித்திட்டத்தில் வேலை செய்து கொண்டிருந்த பல குழுக்களில் அறிவியலறிஞர்களும் ஆராய்ச்சியாளர்களும் பொறியியலாளர்களும் இருந்தனர். ஒரு குழுத் தலைவர் என்ற முறையில், யார் என்ன வேலை செய்ய வேண்டும், அதை எங்கு வைத்துச் செய்ய வேண்டும் என்பது பற்றி வரையறுப்பதும் அவர்களை முன்னின்று வழிநடத்துவதும் எனது பொறுப்பாக இருந்தது. அறிவியலானது ஆராயும் தன்மை கொண்டது என்பதையும், வான்வழியாகவோ அல்லது நீர்வழியாகவோ ஒரு நீண்ட பயணத்தை மேற்கொள்ளும் ஒரு பயணியைப்போல அது விடைகளைத் தேடப் புறப்பட்டுவிடுகிறது என்பதையும் நான் கண்டுகொண்டேன். உண்மையில், அறிவியலானது, சாத்தியமுள்ள அனைத்திற்குள்ளும், என்றேனும் ஒருநாள் விளக்கப்படவும் சாத்தியப்படவும் போகின்ற அனைத்திற்குள்ளும் மேற்கொள்ளப்படுகின்ற ஒரு நீண்ட பயணமாகும். அறிவியல் ஒரு பெருமகிழ்ச்சி மற்றும் ஆழ்விருப்பமாகும். மறுபுறம், வளர்ச்சி என்பது மூடப்பட்டுள்ள ஒரு வட்டத்தைப் போன்றது. அது அறிவியலறிஞர்கள் செய்த வேலையை ஒருசில அடிகள் முன்னே எடுத்துச் செல்கிறது. தவறுகளுக்கோ அல்லது ஆராய்ச்சிக்கோ அது அனுமதியளிப்பதில்லை. உண்மையில், மாற்றங்கள் செய்வதற்கும் மேம்பாடுகளைச் செய்வதற்கும் அது தவறுகளைப் பயன்படுத்திக் கொள்கிறது. அறிவியலறிஞர்கள், ஏவுகலனை உள்நாட்டில் வடிவமைத்து உருவாக்குவதற்கு எங்களுக்கு உதவிய பாதையை எங்களுக்குக் காட்டி, சாத்தியக்கூறுகளைத் திறந்துவிட்டபோது, கையில் இருந்த வளவசதிகளைக் கொண்டு குறித்தக் காலத்திற்குள் விளைவுகளைப் பெறுவதற்கான பாதையில் நாங்கள் தொடர்ந்து பயணிப்பதைப் பொறியாளர்கள் உறுதி செய்தனர். இத்தகைய இயல்பு கொண்ட ஒரு பணித்திட்டம் வெற்றி பெறுவதற்கு, ஓர் இசைக்குழுவைப்போல, அனைத்துப்

பகுதிகளும் ஒன்றையடுத்து மற்றொன்று வரிசையாகவும் ஒத்திசைவாகவும் இயங்க வேண்டியிருந்தது அவசியமாகியது.

நான் கற்றுக் கொண்ட இரண்டாவது பாடம், அர்ப்பணிப்பின் இயல்பைப் பற்றியது. அந்த வருடங்களில், பணித்திட்டத்தைத் தவிர வேறு எதைப் பற்றியும் நான் அவ்வளவாகச் சிந்திக்கவில்லை. என்னைப் போலவே அப்பணித்திட்டத்திற்காக மிகவும் கடினமாக உழைத்தவர்கள், அதில் தங்கள் ஆழ்விருப்பத்தைக் கொட்டிச் செயல்பட்டவர்கள் பலர் இருந்தனர். ஆனாலும், இது பற்றிய அதிக மதிப்புவாய்ந்த அறிவார்ந்த வார்த்தைகளை, ஜெர்மனியில் பிறந்து பிறகு அமெரிக்காவில் குடியுரிமை பெற்ற மிகப் பிரபல அறிவியலறிஞரான வெர்ன்ஹெர் வான் பிரானைத் தவிர வேறு எவரும் ஒருபோதும் என்னிடம் கூறியதில்லை. ஏவுகலன் அறிவியல் துறையில் ஒரு மிகப் பெரிய ஜாம்பவனாக விளங்கிய அவர், இரண்டாம் உலகப் போரின்போது லண்டனை அழித்த ஜெர்மானிய வி—2 ஏவுகணைகளைத் தயாரித்திருந்தார். பின்னாளில், நாசாவின் ஏவுகலன் அறிவியல் திட்டத்தில் அவர் சேர்த்துக் கொள்ளப்பட்டபோது, ஜூபிடர் ஏவுகணையை அவர் அங்கு உருவாக்கினார். அதிக தூரம் சென்ற முதல் ஏவுகணை அதுதான். அவர் ஓர் அறிவியலறிஞராகவும் வடிவமைப்பாளராகவும் பொறியாளராகவும் நிர்வாகியாகவும் ஒரு தொழில்நுட்ப மேலாளராகவும் இருந்தார். உண்மையில், நவீன ஏவுகலன் அறிவியல் துறையின் தந்தை அவர்தான். அவர் இந்தியாவிற்கு விஜயம் செய்தபோது, சென்னையில் அவரை வரவேற்று, தும்பாவிற்கு அவரை நான் அழைத்துச் சென்ற நேரத்தில் அவரோடு விமானத்தில் பயணிக்கும் வாய்ப்பு எனக்குக் கிடைத்தது. எங்கள் வேலையின் ஒட்டுமொத்த இயல்பைப் பற்றி அவர் கூறிய வார்த்தைகள் என் மனத்தில் இன்னும் ஆழமாகப் பதிந்துள்ளன. “நாம் கட்டி எழுப்பிக் கொண்டிருப்பவை வெற்றிப் படிக்கட்டுகளால் மட்டும் உருவாவதில்லை. தோல்விப் படிக்கட்டுகளுக்கும் அவற்றில் பெரும் பங்கு உள்ளது என்பதை எப்போதும் நீங்கள் நினைவில் வைத்திருக்க வேண்டும்,” என்று அவர் கூறினார்.

எங்கள் தொழிலில் பணியாற்றுபவர்களுக்குத் தேவைப்படுகின்ற தவிர்க்க முடியாத கடின உழைப்பையும் அர்ப்பணிப்பையும் பற்றி அவர் இவ்வாறு குறிப்பிட்டார்: "ஏவுகலன் அறிவியல் துறையைப் பொறுத்தவரை கடின உழைப்பு மட்டும் போதுமானதல்ல. கடின உழைப்பு மட்டுமே உங்களுக்கு மரியாதைகளைப் பெற்றுக் கொடுக்கின்ற ஒரு விளையாட்டு அல்ல அது. இங்கு உங்களுக்கென்று ஓர் இலக்கு இருக்க வேண்டியதோடு மட்டுமன்றி, முடிந்த அளவுக்கு அதை விரைவாக அடைவதற்கான உத்திகளும் உங்களுக்குத் தேவை.

"அர்ப்பணிப்பு என்பது வெறும் கடின உழைப்பு மட்டும் அல்ல, முழுமையான ஈடுபாட்டை உள்ளடக்கியது அது. அது ஓர் இலக்கை நிர்ணயித்துக் கொள்வதைப் பற்றியதும்கூட. உங்கள்முன் ஓர் இலக்கு இருப்பதுதான் உங்கள் கடின உழைப்பின் இறுதி விளைவில் ஒரு மாற்றத்தை ஏற்படுத்துகிறது." பின்வரும் அவரது வார்த்தைகளை நான் கடைபிடித்ததாக நான் நம்புகிறேன்: "ஏவுகலன் அறிவியல் துறையை உங்கள் தொழிலாகவோ அல்லது பிழைப்பாகவோ ஆக்கிக் கொள்ளாதீர்கள். அதை உங்கள் மதமாக, உங்கள் வாழ்க்கை லட்சியமாக ஆக்கிக் கொள்ளுங்கள்." என் வாழ்வில் அந்த சமயத்தில் செயற்கைக்கோள் ஏவுகலனைத் தவிர பிற அனைத்தையும் நான் பின்னுக்குத் தள்ளினேன். மன அழுத்தத்தைக் கையாளவும் நான் கற்றுக் கொண்டேன். உங்கள் இலக்கின் பாதையில் அள்ளி வீசப்பட்டுள்ள சிரமங்களை உங்கள் மனம் கையாளும் விதம்தான் விளைவுகளைத் தீர்மானிக்கின்றது. எந்தவொரு லட்சியத்தின் இறுதி வெற்றியையும் மகிழ்ச்சியாக அனுபவிப்பதற்கு இந்தச் சிரமங்கள் தேவை என்று நான் உண்மையிலேயே நம்புகிறேன்.

செயற்கைக்கோள் ஏவுகலன் பணித்திட்டத்திலிருந்து நான் கற்றுக் கொண்ட மூன்றாவது பாடத்திற்கு இது இட்டுச் செல்கிறது. பின்னடைவுகளைக் கையாள்வதற்கும், அவற்றிலிருந்து பாடம் கற்றுக் கொள்வதற்குமான திறன்தான் அது. எஸ்எல்வி—3ன் முதல் சோதனை ஏவு முயற்சி படுதோல்வியில் முடிந்தது இப்போது எல்லோருக்கும் தெரிந்த ஒரு விஷயம்தான். அந்த ஏவுகலன் கடலுக்குள் சென்று விழுந்தது. அம்முயற்சியில் முதல் நிலை

கச்சிதமாகச் செயல்பட்டது. இரண்டாவது நிலையில்தான் விஷயங்கள் கட்டுக்கடங்காமல் போயின. 317 வினாடிகளுக்குப் பிறகு அந்த ஏவுகலனின் பயணம் முடிவுக்கு வந்தது. எரிபொருளைக் கொண்டிருந்த நான்காம் நிலை உட்பட, அந்த ஏவுகலனின் அனைத்து பாகங்களும் ஸ்ரீஹரிகோட்டாவிற்கு 560 கிலோமீட்டருக்கு அப்பால் கடலில் விழுந்து மூழ்கின.

நடந்து முடிந்த விஷயங்களை என்னால் நம்ப முடியவில்லை. அதிர்ச்சியில் நான் வாயடைத்துப் போனேன். தோல்விகளையும் பின்னடைவுகளையும் அதற்கு முன்பும் நான் அனுபவித்திருந்தேன் என்பது உண்மைதான் என்றாலும், முதுகொடியச் செய்த பல வருடக் கடின உழைப்பிற்குப் பிறகு இது நடந்தது, உள்வாங்கிக் கொள்வதற்குச் சிரமமானதாக இருந்தது. "எது தவறாகப் போனது?" என்ற கேள்வி தொடர்ந்து என் தலைக்குள் வட்டமிட்டுக் கொண்டே இருந்தது. ஆனால் என்னிடம் அதற்கான விடைகள் எதுவும் இருக்கவில்லை. நான் ஏராளமான மன அழுத்தத்தைச் சமாளித்து வந்திருந்தேன். அதற்கு மேல் என்னிடம் தெம்பு இருக்கவில்லை. அத்தனை உழைப்பும் வீணாகிப் போயிருந்த இந்நிலையில், என்னிடமோ அல்லது என்னைச் சுற்றி இருந்த மற்றவர்களிடமோ நான் கூறக்கூடிய அர்த்தமிக்க வார்த்தைகள் எதுவும் என் வசம் இருக்கவில்லை. இறுதியில், தூக்கத்தைப் பற்றி மட்டுமே என்னால் சிந்திக்க முடிந்தது. இதைப் பற்றி மேலும் ஆய்வு செய்வதற்கு முன்பாக நான் தூங்கியாக வேண்டும் என்று எனக்கு நானே கூறிக் கொண்டேன். நான் பல மணிநேரம் தூங்கியிருந்திருக்க வேண்டும் என்று நினைக்கிறேன். டாக்டர் பிரம் பிரகாஷ் என்னை வந்து எழுப்பியது எனக்கு நினைவிருக்கிறது. அப்போது அவர் எனது மேலதிகாரியாக இருந்தார். ஆனால், குறிப்பிட்ட அந்த நேரத்தில், அக்கறை கொண்ட, வயதில் மூத்த ஒரு மனிதராகவே அவர் என்னிடம் வந்தார். அவர் என்னை எழுப்பி, சாப்பிடுவதற்காக என்னைத் தன்னுடன் உணவகத்திற்கு அழைத்துச் சென்றார். நாங்கள் இருவரும் சேர்ந்து உணவருந்தினோம். அந்த உணவு நேரம் முழுவதும், ஏவுதலைப் பற்றி ஒரு வார்த்தைகூடக் கூறாததன் மூலம் அவர் எனக்கு ஆறுதலளித்தார். பணித்திட்டம் பற்றிய ஆய்வும், அப்பணித்திட்டத்தின் மறு துவக்கமும்

பின்பொரு சமயத்தில் பார்த்துக் கொள்ளப்படும். அக்கணத்தில், நாங்கள் இருவரும் கடுமையாகக் களைத்துப் போயிருந்தோம். ஆனாலும், எங்கள் உழைப்பு வீணாகிவிடாது என்பதை நாங்கள் அறிந்திருந்தோம். வரும் நாட்களில், நாங்கள் ஏற வேண்டிய மலைகளும் வெற்றி கொள்ள வேண்டிய சிகரங்களும் ஏராளமானவை இருக்கும் என்பதையும் நாங்கள் அறிந்திருந்தோம். ஆனால் அக்கணத்தில் அவர் என்னைத் தனது சிறகுகளுக்குக் கீழே பாதுகாப்பாக வைத்துக் கொண்டு, ஒரு முக்கியமான போட்டியில் தோற்றுப் போயுள்ள தங்கள் குழந்தைக்கு உணவளித்து, அவனை ஓய்வெடுக்கச் செய்து, அடுத்த நடவடிக்கை எதுவென்று அவனைச் சிந்திக்க அனுமதிக்கும் பெற்றோர்கள் எதைச் செய்வார்களோ அதைத்தான் அவர் செய்து கொண்டிருந்தார்.

எஸ்எல்வி—3 பணித்திட்டத்திலிருந்து நான் கற்ற மிக முக்கியமான பாடம் இதுவாகத்தான் இருக்கும். மனிதத்தன்மையும் தாராள மனப்பான்மையும் புரிதலும் ஒருபோதும் உங்களைக் கைவிடாது என்பதுதான் அது. எப்படிப் பார்த்தாலும், இலக்குகள் வகுக்கப்படுவதும், தொடர்புபடுத்தப்படுவதும், பாதையில் பயணம் மேற்கொள்ளப்படுவதும், தடைகள் நேருக்கு நேர் எதிர்கொள்ளப்படுவதும் தொடர்ந்து கொண்டுதான் இருக்கும். ஆனால் மனிதகுலத்தின் மதிப்பீடுகள் மட்டும்தான் உண்மையான உதவியையும் ஆதரவையும் கொண்டுவரும். நாம் ஏவுகணைகளை உருவாக்கினாலும் சரி, அல்லது ஒரு பள்ளியில் கற்றுக் கொடுத்தாலும் சரி, நாம் மிக உயர்ந்த பதவிகளை வகித்தாலும் சரி அல்லது நமது இந்தக் குழப்பமான உலகில் குழந்தைகளை வளர்க்கின்ற பெற்றோர்களாக இருந்தாலும் சரி, இனிவரும் காலங்களில் இறுதியில் நம் அனைவருக்கும் தேவைப்படுவது, கனிவோடும் மன்னிக்கும் மனப்பான்மையோடும் பரிவோடும் அன்போடும் இருப்பதற்கான திறனைக் கொண்டிருப்பதுதான்.

அறிவியல் உலகிற்குள்ளான எனது பயணம் இங்கிருந்து இன்னும் வெகுதூரம் செல்கிறது. நான் இந்திய விண்வெளி ஆராய்ச்சி நிறுவனத்திலிருந்து வெளியேறி, பாதுகாப்பு ஆராய்ச்சி மற்றும் வளர்ச்சி நிறுவனத்தில் சேர்ந்தேன். அங்கு பிருத்வி, திரிசூல், நாக், அக்னி போன்ற, இந்தியாவின் முதல்

சுதேசி ஏவுகணை அமைப்புமுறைகளை உருவாக்கிய குழுக்களின் ஒரு பகுதியாக நான் இருந்தேன். அவை எவ்வாறு உருவாக்கப்பட்டன, அவை எந்தப் பாதைகளில் எங்களை இட்டுச் சென்றன என்பது பற்றி நான் வேறொரு புத்தகத்தில் எழுதியுள்ளேன். அவற்றில் நான் பணியாற்றிக் கொண்டிருந்தபோது, அறிவியல் மற்றும் ராக்கெட் அறிவியலின் புதிய பகுதிகளைப் பற்றிய அறிவை நான் புரிந்து கொண்டதோடும் உட்கிரகித்துக் கொண்டதோடும் மட்டுமன்றி, புதுமைகள் புனையவும், குழுக்களை அதிக ஆற்றலுடன் முன்னடத்தவும், சிறப்பாகக் கருத்துப் பரிமாற்றங்களை மேற்கொள்ளவும், பின்னடைவுகளையும் வெற்றிகளையும் ஏற்றுக் கொள்ளவும் நான் கற்றுக் கொண்டேன்.

நான் எதற்காக இக்கதைகளைக் கூற வேண்டும்? நான் கையாண்டுள்ள பல்வேறு வகையான விஷயங்களையும் பலதரப்பட்ட மக்களையும் கருத்தில் கொள்ளும்போது, திகைப்பையும் குழப்பத்தையும் ஏற்படுத்தக்கூடிய, வாழ்வின் கிட்டத்தட்ட ஒவ்வோர் அம்சத்தையும் நான் எதிர்கொண்டுள்ளேன் என்பதை நான் உணர்கிறேன். நான் அவற்றைச் சமாளித்து வெற்றி கொண்டேன். வாழ்வின் எதிர்பாராத மற்றும் விளக்கத்திற்கு அப்பாற்பட்ட விஷயங்களைப் புரிந்து கொள்வதற்கு இதே போன்ற சூழ்நிலைகளில் உள்ளவர்களுக்கு எனது மலரும் நினைவுகள் மூலமாக என்னால் உதவ முடிந்தால், எனது இந்தப் பயணம் எனக்காக மட்டுமன்றி, எண்ணற்றப் பிறருக்காகவும் வாழப்பட்டுள்ளதாக நான் நம்புவேன்.

நம் தாய்த்திரு நாட்டில் உள்ள ஒரு கிணறு நான்.
கிணற்றில் இருந்து இறைக்கப்படும் நீரைப்போல
என்னுள் இருக்கும் வற்றாத தெய்வீகத்தை
இந்நாட்டு லட்சோப லட்சம் சிறுவரும் சிறுமியரும்
என்னிலிருந்து இறைத்தெடுத்து
இறைவனது புகழை எல்லா இடங்களிலும் பரப்புவதைப்
பார்த்துக் கொண்டிருக்கிறேன் நான் மௌனமாய்.

கடக்க வேண்டிய தூரம்
இன்னும் கணிசமாக இருக்கிறது

இத்தொகுப்பு, என்மீது ஓர் ஆழ்ந்த தாக்கத்தை விட்டுச் சென்றுள்ள கணங்களையும் மக்களையும் நேரத்தையும் இடங்களையும் நினைவுகூர்கின்ற என் வாழ்வின் சிறுசிறு விவரிப்புகளை உள்ளடக்கியுள்ளது. ஒருவர் தன் வாழ்விலிருந்து இத்தகைய கணங்களை நினைவுபடுத்திப் பார்க்கவும் விவரிக்கவும் துவங்கும்போது, ஒருவேளை அவரது வாழ்க்கை எனது வாழ்க்கையைப்போல முழுமையானதாகவும் மும்முரமானதாகவும் இருந்து வந்திருக்கும் பட்சத்தில், இன்னும் நூற்றுக்கணக்கான கணங்களை அவரால் கூற முடியும். இந்தியா தனது இரண்டாவது அணுவெடிப் பரிசோதனையை மேற்கொண்டபோது இந்திய அரசாங்கத்தின் அறிவியல் ஆலோசகராக நான் பணியாற்றிய வருடங்கள், எனது பணிஓய்வு, அதன் பிறகு மற்றவர்களுக்குக் கற்றுக் கொடுப்பதற்கு என்னை நான் அர்ப்பணித்துக் கொண்ட சமயங்கள், இந்தியாவின் ஜனாதிபதியாக நான் பதவி வகித்த வருடங்கள் ஆகியவை எண்ணற்றச் சவால்களையும் படிப்பினைகளையும் என் மனத்தில் நிலைபெறச் செய்துள்ளன.

அக்னி ஏவுகணை ஏவப்பட்டது மற்றும் அதையடுத்து ஏற்பட்டப் பல நிகழ்வுகளைத் தொடர்ந்து, செய்தி ஊடகங்களின் பார்வை என்மீது அதிகமாகக் குவியத் துவங்கியபோது, அனைத்து விதமான தீர்மானங்களையும் சவால்களையும் கையாள்வதற்கு, என் வாழ்வில் முன்னதாகவே நான் கற்றுக் கொண்டிருந்த பாடங்களை நான் உதவிக்கு அழைக்க வேண்டியிருந்தது. எனது முன்னுரிமைகளும் குறிக்கோள்களும்கூட நுண்ணிய மாற்றங்களுக்கு ஆளாகின. முன்பு, செயல்படுவதிலும் பணித்திட்டங்களைச் செயல்படுத்துவதிலும் நான் அதிகமாக ஈடுபட்டேன். ஆனால் இப்போது, நான் அதிகமாகச் சிந்திக்கத் துவங்கினேன். சிந்திப்பதிலும் எழுதுவதிலும் வாழ்வின் பலவேறு நிலைகளில் இருந்து வந்த மக்களுடன் பேசுவதிலும் நான் அதிக நேரத்தைச்

செலவிட்டேன். வருடங்கள் செல்லச் செல்ல, நாட்டிலுள்ள இளைஞர்களுடன் அதிக அளவில் உரையாடுவதில் நான் பெரும் ஆர்வம் கொண்டிருந்தேன் என்பதை நான் கண்டேன். வெற்றிகரமாக விற்பனையான பல புத்தகங்களை நான் எழுதினேன். 2020ம் வருடத்திய இந்தியாவிற்காக ஒரு குறிப்பிட்ட முன்னோக்கைக் கொண்டிருந்ததோடு, அந்த முன்னோக்குக் குறித்துச் செயல்படவும் நாட்டிற்கு அதை எடுத்துக்கூறவும் முயற்சித்துக் கொண்டிருந்த ஒரு மனிதனின் குறிக்கோள் வாசகங்களாக வாசகர்கள் அவற்றை அங்கீகாரம் செய்தது அப்புத்தகங்களின் வெற்றிக்கான காரணமாக இருந்திருக்கலாம். இந்தியா 2020, அக்னிச் சிறகுகள், எழுச்சி தீபங்கள் மற்றும் எனது பிற புத்தகங்களை இந்திய வாசகர்கள் பெரும் உற்சாகத்துடன் ஆரத்தழுவிக் கொண்டது எனக்கு ஆழமான திருப்தியைக் கொடுத்தது.

நாட்டிற்கான எனது முன்னோக்கையும் கனவையும் எனது சொற்பொழிவுகள், கலந்துரையாடல்கள், கட்டுரைகள், மற்றும் புத்தகங்கள் வாயிலாக நான் வெளிப்படுத்தியபோதும், தொழில்நுட்பத்தின் பிற பகுதிகளில் நான் கொண்டிருந்த ஆர்வம் தணியவே இல்லை. 1990களில் 'இந்தியா விஷன் 2020' உத்திகளை வகுப்பதற்கு உதவுவதற்கான ஒரு தனித்துவமான அனுபவம் எனக்குக் கிடைத்தது. 'தொழில்நுட்பத் தகவல், முன்கணிப்பு, மற்றும் மதிப்பீட்டுக் குழுவின்' தலைமைப் பொறுப்பு எனக்குக் கொடுக்கப்பட்டது. 2020ம் ஆண்டுக்குள், பொருளாதாரரீதியாக வளர்ச்சி பெற்ற ஒரு நாடாக இந்தியாவை மாற்றுவதற்கான ஒரு திட்டத்தை அந்த அமைப்பு உருவாக்க வேண்டும் என்று அதன் முதல் சந்திப்புக்கூட்டத்திலேயே தீர்மானம் மேற்கொள்ளப்பட்டது. அச்சமயத்தில் நாட்டின் பொருளாதார வளர்ச்சி விகிதம் வருடத்திற்கு 5 முதல் 6 சதவீதமாக இருந்தது. அதை அடுத்தப் பத்தாண்டுகளுக்குள் ஆண்டொன்றுக்கு 10 சதவீதமாகக் கொண்டு வருவதற்கான முன்னோக்குத் திட்டத்தை நாங்கள் வடிவமைக்க வேண்டியிருந்தது. இந்த வேலை எங்கள் செயற்குழுவில் இருந்த அனைவருடைய மனங்களையும் உண்மையிலேயே தூண்டியது. நாங்கள் ஒருவருக்கொருவர் விவாதித்து, இறுதியில், 500

உறுப்பினர்கள் அடங்கிய பதினேழு செயற்குழுக்களை உருவாக்கினோம். இவர்கள் அனைவரும் பல்வேறு பொருளாதாரப் பின்புலத்தைச் சேர்ந்த 5,000க்கும் மேற்பட்ட மக்களுடன் ஆலோசனை நடத்தினர். செயற்குழுக்கள் இரண்டு வருடங்களுக்கும் மேலாகக் கடுமையாக உழைத்தன. அதன் விளைவாக, 1996ம் ஆண்டு ஆகஸ்ட் 2ம் நாளன்று இருபத்தைந்து அறிக்கைகளை நாங்கள் அப்போதைய பிரதம மந்திரியிடம் வழங்கினோம். தேசிய வளர்ச்சிக்காகப் பல்வேறு துறைகளும் நிறுவனங்களும் எவ்வாறு ஓர் ஒருங்கிணைக்கப்பட்ட வழியில் பணியாற்றின என்பதற்கான ஓர் அற்புதமான எடுத்துக்காட்டு இது. தொழில்நுட்பத் தகவல், முன்கணிப்பு, மற்றும் மதிப்பீட்டுக் குழுவில் எங்களது வேலை சிறப்பாக முன்னேறிக் கொண்டிருந்த அதே நேரத்தில், விவசாயம் மற்றும் தகவல் தொழில்நுட்பத் துறைகளில் மேற்கொள்ளப்பட்டுக் கொண்டிருந்தவற்றையும் நான் பெரும் ஆர்வத்தோடு ஆய்வு செய்தேன். அது எனது தணியாத ஆர்வமாக மாறியது. நான் நாடு முழுவதிலும் பயணம் செய்து, மாணவர்களையும் ஆசிரியர்களையும் நிர்வாகிகளையும் அதிகாரிகளையும் சந்தித்தபோது, ஒரு முன்னோக்குக் குறித்துச் செயல்படுவது எனது வேலையின் முதல் பகுதி மட்டுமே என்பதை நான் புரிந்து கொண்டேன். அந்தக் குறிக்கோளை ஒருவரால் வெளிப்படுத்தவும் விளக்கவும் அது பற்றி விவாதிக்கவும் முடியும்போது மட்டுமே, அந்த முன்னோக்கிற்கு உயிரோட்டம் கிடைக்கிறது. இந்தியா ஓர் அறிவுசார்ந்தச் சமுதாயமாகவும், மக்களுக்கு அதிகாரத்தைக் கொடுக்கின்ற தொழில்நுட்பத்தை உருவாக்குகின்ற ஒரு நாடாகவும் வளர வேண்டியதன் அவசியத்தைப் பற்றியும், அதே சமயத்தில், நமது ஆன்மீகப் பரிமாணங்களையும் நாம் தொடர்ந்து அங்கீகரித்து வளர்க்க வேண்டியதன் அவசியத்தைப் பற்றியும் நான் சென்ற இடமெல்லாம் மக்களிடம் பேசுவதன் மூலம் அதைச் செய்வதென்று நான் தீர்மானித்தேன்.

2002 முதல் 2007 வரையில் நான் இந்தியாவின் ஜனாதிபதியாகப் பதவி வகித்தக் காலத்தை, இந்தியாவின் அற்புதத்தைப் புரிந்து கொள்வதிலுள்ள ஒரு நீண்ட

படிப்பினையாக இப்போது நான் பார்க்கிறேன். மக்களின்
ஜனாதிபதி என்ற பெயரைச் செய்தி ஊடகங்கள் எனக்குக்
கொடுத்தன. பின்னர் இப்பெயரை நாடு முழுவதிலுமுள்ள
பலரும் பயன்படுத்தினர். என்னை அவர்கள் அவ்வாறு
அழைத்தது குறித்து நான் மகிழ்ந்தேன் என்று நான் கூறியாக
வேண்டும். நான் ஜனாதிபதியாக என் பணியைத்
துவக்கியபோது, நமது இந்தச் சிக்கலான, அற்புதமான நாடு
நெடுகிலும் பயணம் செய்வதில் நான் இயன்ற அளவுக்கு
நேரத்தைச் செலவிட விரும்பினேன். வெவ்வேறு பகுதிகளில்
நம் மக்கள் வாழ்ந்த விதம், அவர்களது வாழ்க்கையை
உருவாக்கிய சூழல், அவர்கள் எதிர்கொண்ட
பிரச்சனைகள், அவை தீர்க்கப்பட்ட விதம் அல்லது அவை
தீர்க்கப்பட்டனவா இல்லையா ஆகியவற்றை நான்
பார்த்துத் தெரிந்து கொள்ள விரும்பினேன். நாட்டின்
ஜனாதிபதி என்ற முறையில், எனக்கு முன்பு அப்பதவியில்
இருந்தவர்களைவிட மிக அதிக அளவில் நான்
சுற்றுப்பயணம் மேற்கொண்டதாகக் கூறப்பட்டது.
சியாச்சன் பனிக்குன்றிலிருந்து அழகிய வடகிழக்கு
மாநிலங்கள்வரையும், நாட்டின் மேற்குக்கோடியில் இருந்து
தென்கோடி வரையிலும், லட்சதீபத் தீவுகளைத் தவிர (இது
குறித்து எனக்கு எப்போதும் வருத்தம் உண்டு) நான்
கிட்டத்தட்ட எல்லா இடங்களுக்கும் சென்றேன். நான்
சாலைவழியாகவும் வான்வழியாகவும் பயணித்தேன். முன்பு
ஜனாதிபதிகள் பயன்படுத்திய பழைய ரயில் பெட்டியில்
அனைத்து நவீன வசதிகளும் பொருத்தப்பட்டு, அப்பெட்டி
புதுப்பிக்கப்பட்டு மேம்படுத்தப்பட்டபோது, மூன்று
தருணங்களில் ரயில் வழியாகவும் நான் பயணம் செய்தேன்.
நாட்டை நான் அனைத்துக் கோணங்களிலிருந்தும்
பார்த்தேன் என்று நான் கூறியாக வேண்டும். இது குறித்து
நான் என்றென்றும் நன்றியுடையவனாக இருப்பேன்.

இத்தனை வருடங்களாக நான் சந்தித்த இந்தக்
கோடிக்கணக்கான ஆண்கள், பெண்கள், மற்றும்
குழந்தைகளிடமிருந்து நான் என்ன கற்றுக் கொண்டேன்?
பொதுவாக, பதவியில் இருப்பவர்களிடம் கேள்வி
கேட்காமல் இருப்பதற்கு நாம் பயிற்றுவிக்கப்பட்டு
இருக்கிறோம். பள்ளிகளில் நான் சந்திக்கின்ற
இளைஞர்களைத் தங்களது மனம் திறந்து
வெளிப்படையாகக் கேள்விகள் கேட்கச் செய்வதற்கு

ஏராளமாகத் தாஜா செய்யவும் ஊக்குவிக்கவும் வேண்டியிருப்பதை நான் காண்கிறேன். அதே சமயத்தில், அங்கு கேள்விகள் இல்லை என்று இதற்கு அர்த்தமல்ல. மேற்பரப்பில் குமிழ்விட்டுக் கொண்டு அவை காத்திருக்கின்றன. ஒருமுறை கதவுகள் திறக்கப்பட்டவுடன், துடிப்பான ஆர்வத்தோடு அணைகள் வெடித்துச் சிதறுகின்றன. அறிவியல், தொழில்நுட்பம், விண்வெளி, கலைகள் ஆகியவற்றைக் குறித்து என்னிடம் கேள்விகள் கேட்கப்பட்டுள்ளன. நான் ஏன் திருமணம் செய்து கொள்ளவில்லை என்றும், என் சிகையலங்காரம் ஏன் இப்படி இருக்கிறது என்றும்கூட என்னிடம் கேள்விகள் கேட்கப்பட்டுள்ளன. ஒவ்வொரு கேள்விக்கும் உண்மையான, நன்றாகச் சிந்திக்கப்பட்ட, முடிந்த அளவுக்கு விளக்கமான ஒரு விடையளிக்க நான் முயற்சித்தேன். நானே இன்னும் ஒரு தேடுபவனாக இருப்பதாக அவர்களிடம் கூறினேன். அவர்களிடம் பேசுவதற்கும் விவாதிப்பதற்கும் எந்த அளவுக்கு நான் அவர்களை நாடி வந்தேனோ, அதே அளவுக்கு நான் தேடிக் கொண்டிருந்த விடைகளை நாடியும் அவர்களிடம் வந்தேன். ஓர் இந்தியனாக இருப்பது என்றால் என்ன என்பதையும், இந்நாட்டில் ஓர் ஆணாகவோ அல்லது ஒரு பெண்ணாகவோ இருப்பது என்றால் என்ன என்பதையும், நாம் ஒவ்வொருவரும் நமது சொந்த வாழ்க்கையை வாழும் அதே நேரத்தில் சமுதாயத்தையும் நாம் எவ்வாறு செதுக்குகிறோம் என்பதையும், இந்தப் புரிதலைக் கொண்டு ஒருவரால் என்ன செய்ய முடியும் என்பதையும் நான் புரிந்து கொண்டேன்.

ஜனாதிபதியாக எனது ஆட்சிக்காலம் தன் பங்கிற்கு அரசியல் குழப்பங்களைக் கொண்டிருந்தது. 'டர்னிங் பாயின்ட்' என்ற எனது புத்தகத்தில் நான் இதைப் பற்றி எழுதியுள்ளேன். நாட்டின் அரசியலமைப்புத் தலைவர் என்ற முறையில், ஜனநாயகச் செயல்முறையில் நான் உள்ளார்ந்த முறையில் ஈடுபட்டேன். பாராளுமன்றமும் பிற நிறுவனங்களும் செயல்பட்ட விதமும், தான் செல்வாக்கு செலுத்தக்கூடிய பகுதிகளில் ஒரு ஜனாதிபதியால் எவ்வாறு மாற்றங்களை ஏற்படுத்த முடியும் என்பதும் என் மனத்தை ஏராளமான நேரங்களில் பெருமளவில் ஆக்கிரமித்த எண்ணங்களாகும்.

ஜனாதிபதியாக எனது பதவிக்காலம் முடிந்த பிறகு, நான் மகிழ்ச்சியாக எனது பழைய வாழ்க்கைக்குத் திரும்பினேன். கற்றுக் கொடுப்பதிலும் சொற்பொழிவு ஆற்றுவதிலும் நான் நேரத்தைச் செலவிட்டேன். இது இந்தியா நெடுகிலும் மற்றும் வெளிநாடுகளுக்கும் என்னை அழைத்துச் சென்றது. இந்தியா 2020, புறநகர்ப் பகுதிகளில் நகர்ப்புற வசதிகளை வழங்குதல் ஆகிய என் மனத்திற்குப் பிடித்தப் பணித்திட்டங்களை விரைவுபடுத்துவதற்கு முன்பிருந்த அதே தீவிரத்துடன் நான் அயராது உழைத்தேன். நான் தொடர்ந்து மாணவர்களைச் சந்தித்து வந்துள்ளேன், இந்தியாவிலும் வெளிநாடுகளிலும் உள்ள பல்கலைக்கழகங்களில் ஆராய்ச்சிகளை மேற்கொண்டுள்ளேன், தேசிய விவகாரங்களில் எனது கருத்துக்களைப் பகிர்ந்து கொண்டுள்ளேன். வெகுதூரத்தில் இருக்கும் பகுதிகளிலுள்ள மாணவர்களிடம் பேசுவதற்கும், தங்களது எதிர்காலத்தைப் பற்றிய ஒரு பெரிய முன்னோக்கை அவர்களுக்குக் கொடுப்பதற்கும் நான் அப்பகுதிகளுக்கு விஜயம் செய்கிறேன். உயர் வகுப்புகளில் தாங்கள் எந்தெந்தப் பாடங்களைப் படிக்க வேண்டும் என்பதில் தொடங்கி, தங்களது ஊர்களிலும் மாவட்டங்களிலும் உள்ள அகக்கட்டமைப்பு விவகாரங்கள் வரை, அவர்கள் பல்வேறு விஷயங்கள் குறித்து என்னிடம் கேள்விகள் கேட்கின்றனர்.

இப்புத்தகம் என் குழந்தைப்பருவம் முதலாக இப்போது வரையிலான வாழ்க்கைத் தொகுப்பல்ல. அதை நான் ஏற்கனவே எழுதியுள்ளேன். வளைந்து செல்லும் ஒரு நீண்ட பாதையில், ஓய்வெடுப்பதற்கான ஓர் இடத்தைப் போன்றது இது. எதிர்த்திசையில் விரைந்து வருகின்ற போக்குவரத்தைவிட்டு ஒதுங்கி, மற்றவர்கள் உங்களைக் கடந்து செல்வதை வேடிக்கை பார்த்துக் கொண்டே, நீங்கள் இதுவரை மேற்கொண்டு வந்துள்ள பயணத்தை ஆசுவாசமாக அசைபோட்டுப் பார்ப்பதற்கு நெடுஞ்சாலையில் நீங்கள் குறி வைக்கும் ஓர் இடம் அது. முன்பொரு முறை சென்னையிலிருந்து டேராடூனுக்கு நான் மேற்கொண்ட ரயில் பயணத்தில்தான் முதன்முறையாக நான் நம் நாட்டைத் தென்முனையிலிருந்து வடக்குப் பகுதிவரை பார்த்தேன். ஆனால் இம்முறை எனது கண்கள்

நான் போய்ச் சேர வேண்டிய இடத்தின்மீது மட்டுமே குறியாக இருக்கவில்லை. என் வாழ்க்கையைத் திரும்பிப் பார்த்து, என் வாழ்வின் மாயாஜாலத் துவக்கம் பற்றி என்னால் வியக்க முடிகிறது. என் தந்தையார் தனது கைகளில் தேங்காய்களுடனும் மனத்தில் பிரார்த்தனையுடனும் வீட்டிற்கு நடந்து வருவதை என்னால் பார்க்க முடிகிறது. என் தாயார் தனது சமையலறையில் அன்றைய தினம் எங்களுக்காகச் சட்னிகள், சாம்பார், சாதம் ஆகியவற்றைத் தயாரிக்கும்போதும், சமையலறைத் தரையில் தனது அருகில் வந்து அமருமாறு கூறும்போதும் அவரது கைகளின் அசைவுகளை என்னால் பின்தொடர்ந்து செல்ல முடிகிறது. ராமேஸ்வரத்தைச் சூறாவளிகள் தாக்கும்போது ஏற்படுகின்ற அலைகளின் உறுமலையும் மரங்களின்மீது காற்று மோதும் பெரும் சத்தத்தையும் என் கண்களை மூடிக் கொண்டு என்னால் கேட்க முடிகிறது. செய்தித்தாள்களைப் பட்டுவாடா செய்வதில் தொடங்கி, பிறகு அவற்றுக்கான பணத்தை வசூல் செய்து முடிப்பதில் நிறைவடைந்த ஒரு நாளுக்குப் பிறகு என் கால்களிலும் கைகளிலும் ஏற்பட்டக் களைப்பை என்னால் இன்னும் உணர முடிகிறது. நேற்றுதான் பேசப்பட்டன என்பதுபோல, எனக்குப் பிரியமானவர்களின் குரல்களையும் வார்த்தைகளையும் தெளிவாக என்னால் கேட்க முடிகிறது. என் தந்தை என்னிடம், "நீ வளர வேண்டும் என்றால் நீ இச்சிறு நகரத்தைவிட்டுப் போக வேண்டும் என்று எனக்குத் தெரியும். கடற்பறவையானது தனக்கென்று எந்தவொரு கூடும் இல்லாமல் தன்னந்தனியாகச் சூரியனின் குறுக்கே பறந்து செல்வதில்லையா? உனது சொந்த ஊர் குறித்த உனது ஏக்கத்தை விட்டொழித்துவிட்டு, உனது மாபெரும் கனவுகள் உனக்காகக் காத்திருக்கின்ற இடத்திற்கு நீ சென்றாக வேண்டும். எங்களுடைய அன்பு உன்னைக் கட்டிப் போடாது, எங்களுடைய தேவைகளும் உன்னைக் கட்டிப் போடாது," என்று கூறுவதையும் என்னால் கேட்க முடிகிறது.

இளைப்பாறுவதற்கான இந்த இடத்தில் நின்று கொண்டு, எனது சக பயணியர் என்னை இன்னும் ஒருமுறை கடந்து செல்வதற்கு என்னால் காத்திருக்க முடியும். பக்ஷி லட்சுமண சாஸ்திரிகள், மறைதிரு

ஐயாத்துரை சாலமன், அகமது ஜலாலுதீன் ஆகியோரில் தொடங்கி, டாக்டர் விக்ரம் சாராபாய், பேராசிரியர் சத்தீஷ் தவான், மற்றும் டாக்டர் பிரம் பிரகாஷ் ஆகியோர் வரை, என்மீது ஆழ்ந்த தாக்கத்தை ஏற்படுத்தி என் எண்ணங்களையும் அறிவையும் செதுக்கி வடிவமைத்த அவர்களைப் போன்ற பலரையும் நான் சிந்தித்துப் பார்க்கிறேன். இவர்கள் அனைவரும் என் ஆன்மாவில் விதைத்த எண்ணங்கள், அவர்கள் என் பக்கத்தைவிட்டு அகன்று சென்ற பிறகும்கூடப் பல வருடங்களாகத் தொடர்ந்து வளர்ந்து வந்துள்ளன. வாசகராகிய உங்களுடன் இவற்றை நான் பகிர்ந்து கொள்ளும்போது, முன்பொரு முறை என் மனத்தில் விதைக்கப்பட்டதுபோலவே, சில விதைகள் உங்கள் மனத்திலும் விதைக்கப்படும் என்று நான் நம்புகிறேன். எண்ணங்கள், யோசனைகள், குறிக்கோள்கள், கொள்கைகள் ஆகியவற்றின் இந்தப் பரிமாற்றம், வாழ்க்கை வட்டத்தின் ஓர் இன்றியமையாத பகுதியாகும்.

கடின உழைப்பு, பக்தி, படித்தல், கற்றல், பரிவு, மன்னித்தல் ஆகியவைதான் என் வாழ்வின் அடித்தளங்களாக இருந்து வந்துள்ளன. இந்தப் பண்புநலன்களின் வேர்களை இப்போது நான் உலகத்தோடு பகிர்ந்து கொண்டுள்ளேன். உண்மையில், முழுமையாக வாழப்பட்ட எந்தவொரு வாழ்வும், மற்றவர்களுடன் அது பற்றிப் பேசப்படும்போது, வாழ்க்கை எனும் அற்புதத்திற்கு ஒளி கூட்டுகின்ற, எண்ணங்கள் மற்றும் உணர்வுகளின் ஒரு பொக்கிஷக் களஞ்சியமாக விளங்குகிறது. இவை என் வாசகர்களுக்குச் சிறகுகளைக் கொடுத்து, அவர்களது கனவுகளுக்குத் தீனிபோட அவர்களுக்கு உதவினால், பெரிய பிரபஞ்சத் திட்டத்தில் எனக்கு அளிக்கப்பட்ட ஒரு சிறு பாத்திரத்தை நான் நன்கு நிறைவேற்றியுள்ளேன் என்று திருப்தியடைவேன்.

நன்றி

‘எனது பயணம்’ உண்மையிலேயே சம்பவங்கள் நிரம்பிய ஒரு வாழ்வின் ஒரு நினைவுக்குறிப்பாகும். எனது நண்பர் ஹாரி ஷெரிடன் சுமார் இருபத்தியிரண்டு வருடங்களாக என்னுடன் இருந்து வந்துள்ளார். என் வாழ்வில் ஏற்பட்டப் பல நிகழ்வுகளின் ஓர் அங்கமாக அவர் ஆகியுள்ளார். என்னுடன் சேர்ந்து, அவர் பல மகிழ்ச்சியான நேரங்களையும் பிரச்சனைகள் நிரம்பிய நேரங்களையும் பார்த்திருக்கிறார். நல்லதோ கெட்டதோ, ஷெரிடன் எப்போதுமே என்னுடன் இருந்து வந்துள்ளார். நான் செய்யும் அனைத்திலும் அவர் மிகப் பெரிய உதவியாக இருந்து வந்திருக்கிறார். அவரையும் அவரது குடும்பத்தையும் கடவுள் ஆசீர்வதிக்கட்டும். இப்புத்தகத்தின் துவக்கம் முதலாக, அதன் வடிவமைப்பு மற்றும் இறுதி உருவாக்கம்வரை எனக்கு உதவியாக இருந்ததற்காக ரூபா பதிப்பகத்தைச் சேர்ந்த சுதேஷ்ணா ஷோமா கோஷுக்கு நான் நன்றி கூற விரும்புகிறேன். இப்புத்தகத்தை வெளிக்கொணர்வதற்கு அவர் விடாமுயற்சியுடன் என்னுடன் தொடர்ந்து தொடர்பு கொண்டு வந்துள்ளார். அவரது முயற்சிகளுக்காக நான் அவரைப் பாராட்டுகிறேன்.

நாகலட்சுமி சண்முகம்

மொழிபெயர்ப்பாளர்

நாகலட்சுமி மிகச் சிறந்த ஊக்குவிப்புப் பேச்சாளர். மக்களிடம் பரிபூரண மாற்றம் கொண்டுவரும் கருத்தரங்குகளை இவர் நடத்தி வருகிறார். அமெரிக்காவின் ஊக்குவிப்புப் பயிற்சியாளர்களில் தலைசிறந்தவராக விளங்கி வருபவரும், உலகெங்கிலும் கோடிக்கணக்கில் விற்பனையாகிக் கொண்டிருக்கும் '**சிக்கன் சூப் ஃபார் த ஸோல்**' புத்தகங்களின் இணையாசிரியருமான **ஜாக் கேன்ஃபீல்டிடம்** அமெரிக்கா சென்று நேரடிப் பயிற்சி பெற்றவர். நாகலட்சுமி முழுநேரப் பேச்சாளராக ஆவதற்கு முன்பு, பத்து வருடங்கள் கணினித் துறையில் தலைமைப் பொறுப்பு உட்படப் பல பதவிகளை வகித்தவர்.

தமிழ் நாடகத் துறையின் முன்னோடி மேதைகளான **டிகேஎஸ் சகோதரர்களில் ஒருவரான திரு முத்துசாமி அவர்களின்** பேத்தியான நாகலட்சுமியிடம் இருந்த இயல்பான தமிழ் ஆர்வம் அவரைத் தமிழ் மொழிபெயர்ப்புத் துறைக்கு இழுத்து வந்துள்ளது.

அவரது மொழிபெயர்ப்பு நூல்களில் **ரோன்டா பைர்ன், டாக்டர் ஜோசப் மர்ஃபி, ஜான் மேக்ஸ்வெல், டாக்டர் ஸ்பென்சர் ஜான்சன், நார்மன் வின்சென்ட் பீல், ஜான் கிரே, கேரி சேப்மேன், ஜாக் கேன்ஃபீல்டு, மார்க் விக்டர் ஹான்சன், பிரையன் டிரேசி ஸ்டீபன் ஆர். கவி, ராபர்ட் கியோஸாகி, மற்றும் டேல் கார்னகி** போன்ற சர்வதேச அளவில் கொண்டாடப்படுகிற தலைசிறந்த நூலாசிரியர்களின் நூல்களும் அடங்கும்.

நாகலட்சுமி தனது கணவருடனும், தன் குழந்தைகள் இருவருடனும் தற்போது மும்பையில் வசித்து வருகிறார்.